உயிர்வேல

உயிர்வேல

(சாதாரணன்)

உயிர்வேலி

- *கட்டுரைகள்*
- *ஆசிரியர்*
  சாதாரணன் (எ) வீ.கௌதமன்
- *உரிமை*
  ஆசிரியருக்கு
- *முதல் பதிப்பு*
  அக்டோபர்-2018
- *இரண்டாம் பதிப்பு*
  டிசம்பர்-2021
- *பக்கங்கள்* - **100**
- *அளவு* - 1x8 Demy
- *எழுத்து* - **12**
- *பேப்பர்*
  18.6 மேப்லித்தோ
- *வெளியீடு*
  சுவடு
- **ரூ. 130/-**

Uyirveli

- Essays
- Author and ©
  Sadharanan @ Vee. Gowthaman
- First Edition
  October 2018
- 2nd Edition
  December 2021
- Pages - **100**
- Size - **1 x 8 Demy**
- Font - **12**
- Paper - **18.6 Maplitho**
- Cover - **300 gsm art board**
- Binding - **Normal**
- Designing & Cover
  Yaameen Graphic
- Printer - **Suvadu**
- **ISBN 978-81-955652-7-6**

Published by

SUVADU PUBLISHERS,
7A, Ranganathan Street, Selaiyur, Chennai - 600073
Contact : 9551065500, 9791916936
suvadueditor@gmail.com / www.suvadu.in

சமர்ப்பணம்

வறுமையிலும் செம்மையாய்
வாழப் பழக்கிய
என் தந்தைக்கு

வாழ்த்துரை

இயற்கையோடு இயைந்து பெற்ற இந்நூலாசிரியரின் நுண்ணறிவும் இயற்கை அழிவிற்கெதிரான அறச் சீற்றமும் இந்நூல் நெடுகிலும் இழையோடுகிறது. தான் வாழ்கின்ற நிலப்பகுதியையும் அதன் அரணான மேற்குத் தொடர்ச்சி மலையையும்தான் கண்டுணர்ந்த இயற்கை நிகழ்வுகளையும் மையப்படுத்தி இந்நூலைத் தொகுத்திருக்கும் நூலாசிரியரின் பணி பாராட்டுக்குரியது.

இந்நூலின் தலைப்பாகவும் அமைந்துள்ள உயிர்வேலி என்ற கட்டுரை நாம் சாதாரணமாகக் கடந்து போகும் வேலிகளில் வாழும் பல்வேறு உயிரினங்களை அழகாக விளக்குவதோடு, தற்போதுள்ள கம்பிவேலிகளின் தன்மையையும் ஒப்பீடு செய்கிறது.

கொழுக்கட்டைப் புல், இரவாடிகள், நெடிதுயர்ந்த நேசன், யானைப்பாதைகள் போன்ற ஏராளமான சுவாரசியமான தகவல்களும் இந்நூலில் இடம் பெற்றுள்ளன. ஆந்தை என்ற அறிவார்ந்த பறவையின் அடையாளமாக, சங்கப் புலவர்கள் தம்பெயருடன் ஆந்தை என்ற சொல்லையும் சேர்த்துள்ளனர் என்பது போன்ற அரிய தகவல்களும் திராவிட மொழிகள் வட்ட வடிவத்தில் எழுதப்பட்டது, அவை பனை ஓலையைக் காயப்படுத்தாமல் இருக்கவே என்பது போன்ற அறிவியல் பூர்வமான செய்திகளும் இந்நூலில் அடங்கியுள்ளன.

எனவே, இந்நூல் இயற்கை ஆர்வலர்களுக்கும், இளைய தலைமுறையினருக்கும் சிறந்த ஒப்பீட்டு நூலாக அமையும் என்பது உறுதி. வேகமாய் அழிந்து வரும் இயற்கையைப் பாதுகாக்கும் அரணாக இந்நூல் உருவாகி யுள்ளது என்பதுதான் உண்மை. இயற்கை இல்லையேல் மனிதனும் இல்லை என்ற உண்மையை, இளைய தலைமுறையினருக்கு, அவர்கள் புரிந்து கொள்ளும் விதத்தில் விளக்கி யிருப்பது பாராட்டுக்குரியது. நாள்தோறும் நம்மைச் சுற்றி நடக்கும் பல நிகழ்வுகளின் ரகசியத்தை அவற்றின் சுவை குன்றாமல் கொண்டு சேர்த்திருப்பது இந்நூலின் தனிச்சிறப்பு. இயன்ற இடங்களில் எல்லாம் சங்க இலக்கியத்தை அள்ளித் தூவியிருக்கும் நூலாசிரியரின் நுண்மாண் நுழைபுலம் போற்றத்தக்கது. இந்நன்முயற்சிக்காக நூலாசிரியரை மனமார வாழ்த்துகிறேன்.

அ.பாரி, இ.கா.ப.

இடம்: கோவை
நாள்: 31.07.2018

மேற்கு மண்டலம், காவல்துறைத் தலைவர்,
கோயமுத்தூர்-18

அணிந்துரை

கரூரைச் சேர்ந்த திரு.சாதாரணன் அவர்களின் 'உயிர்வேலி' நூலுக்காக எழுதப்பட்ட கட்டுரைகளைப் படித்து வியந்துபோனேன். இதிலுள்ள பன்னிரண்டு கட்டுரைகளும் இயற்கையைப் பாதுகாப்பதன் அவசியத்தை உணர்த்துபவை. இயற்கையின் ஆழமான வேர்களைப் புரிந்து கொள்ளாமல் அதனைப் பாதுகாக்க முடியாது என்பதை உணர்ந்து எழுதப்பட்ட கட்டுரைகள் இவை. சுற்றுச்சூழலில் அக்கறை யுடையவர்களால் கூடப்பெரிதும் பேசப்படாத 'உயிர்வேலி' போன்ற தகவல்கள் இந்த நூலின் சிறப்பை வெளிப்படுத்துகின்றன. இந்நூல் நாம் முதன்மைப்படுத்த வேண்டிய சூழலியல் செயல்பாடுகளை வலியுறுத்துகிறது.

இந்த நூலிலுள்ள கட்டுரைகள், ஆசிரியரின் இயற்கை ஆர்வத்தை வெளிப்படுத்துவதற்கு மட்டும் எழுதப்பட்டவைகளல்ல. அனைத்துக் கட்டுரைகளும் நுட்பமான அறிவியல் தரவுகளோடு எழுதப்பட்டுள்ளன. சூழலியல் சார்ந்த நவீன அறிவியல் செய்திகளைத் தமிழில் எழுதுவது எளிதானதல்ல. அதற்கு ஆழ்ந்த அறிவியல் தேடலும் தமிழ்த்திறனும் வாய்த்திருக்க வேண்டும். சமகாலத்தில் திரு.தியோடர் பாஸ்கரன், திரு. ச. முகமது அலி ஆகியோர் சூழலியல் சார்ந்து திறம்பட எழுதி வருகின்றனர். அந்த வரிசையில் திரு. சாதாரணன் அவர்களின் 'உயிர்வேலி' நூலும் இடம் பெறும். இந்த நூலின் இன்னொரு சிறப்பு, கட்டுரைகளில் இடம் பெற்றுள்ள பழந்தமிழ் இலக்கிய மேற்கோள்கள் ஆகும். ஆசிரியரின் ஆழ்ந்த தமிழ்ப் புலமையோடு சூழலியல் அறிவும் இணைந்து அக்கறையோடு எழுதப்பட்ட சிறந்த கட்டுரைகள் இவை.

முதல் கட்டுரையான 'உழவு ஒரு தொழிலா?' கட்டுரையில் வள்ளுவரின் சுழன்றும் 'ஏர்ப் பின்னது உலகம்' என்பதில் தொடங்கி மனித இனம் பரிணமித்து, வேட்டைச் சமூகத்திலிருந்து உழவுத் தொழிலுக்கு வந்த வரலாற்றை அறிவியல் பூர்வமாக அழகுத் தமிழில் எழுதியுள்ளார். கலப்பை இல்லா குறிஞ்சி வேளாண்மையில் தொடங்கி முல்லை நிலத்துக் கூர்க் கலப்பை, மருத நிலத்தில் அகலக் கலப்பையாக மாறியதை நுட்பமாக விவரிக்கிறார்.

'ஈரம்பாடிய வானம்பாடி' என்று தவளைக்குத் தந்திருக்கும் அடை மொழி சிறப்பானது. 'தவளைகளைப் பாதுகாக்க வேண்டும் என்று பாம்புக்குத் தெரியாமல் இருக்கலாம். ஆனால் மனிதர்கள் அவசியம் அறிந்திருக்க வேண்டும்' என்று தவளைகளின் பாதுகாப்பை வலியுறுத்தும் கட்டுரையிது.

நம் மண்ணில், குறிப்பாக கொங்குப் பகுதியில் உயிர்வேலி என்பது நம் வாழ்வோடு இணைந்திருந்தது. வானம் பார்த்த மேட்டாங் காட்டில் மட்டுமின்றி நம் வீட்டைச் சுற்றிலும் இருந்த உயிர்வேலிகளே பலவகைத் தாவரங்கள், பூச்சிகள், பறவைகள், ஊர்வன எனப் பல்லுயிர் வாழும் இடங்களாக இருந்தன என்பதை மிக ஆழமாக விவரிக்கிறார்.

'இரவு எங்கள் உறவு' கட்டுரை, நாம் கவனிக்கத் தவறிய இரவாடி உயிரினங்கள் (Nocturnal) பற்றிய அரிய பதிவு. 'அறிவிற் சிறந்த பறவை' என ஆந்தைகளுக்காக எழுதப்பட்ட கட்டுரையில், உயிர்ச் சூழலில் ஆந்தைகளின் பங்களிப்பு பற்றியும் பழந்தமிழர்கள் ஆந்தையைப் போற்றிய தகவலையும் தருகிறார்.

வலசை போகும் பறவைகள், யானைகள், சிட்டுக்குருவி, பனை மரம், ஆகியவற்றைப் பற்றிய கட்டுரைகளும் ஆழமான செய்திகளைக் கொண்டுள்ளன. கடலில் ஏற்படும் 'எல்நினோ' விளைவுகளைப் பற்றி 'காற்றோடு ஒரு பயணம்' கட்டுரை பேசுகிறது. இறுதியாக, நமக்கு வாழ்வாதாரமான மேற்குத் தொடர்ச்சி மலை பற்றிய வியப்பான தகவல்களோடு நூல் நிறைவுகிறது.

எவ்வளவு வேகமாக நவீன கண்டுபிடிப்புகளைத் தேடி ஓடி, அவற்றிற்கு அடிமையாகி, அவையின்றி வாழ முடியாது என்ற நிலைக்குத் தள்ளப்பட்டாலும் அந்த வாழ்வு திகட்டச் செய்கிறது. மிச்சமிருக்கும் இயற்கை வளங்களைக் காப்பாற்றாமல் நம் தலைமுறை வாழ முடியாது என்பதை இப்போதுதான் அறியத் தொடங்கியுள்ளோம். இயற்கை மீதான நமது அக்கறையை இன்னும் ஆழமாக்க 'உயிர்வேலி' போன்ற நூல்கள் அவசியம் தேவைப்படுகின்றன. இந்த நூல், தமிழர் வீடுகள் அனைத்திலும் அவசியம் இருக்க வேண்டிய நூலாகும்.

இடம்: கோவை **'ஓசை' காளிதாசன்**
நாள்: 31.07.2018

இரண்டாம் பதிப்பின் அணிந்துரை

காடழிப்பு, சுற்றுச்சூழல் சீர்கேடு, வன உயிரினங்கள் அருகி வருதல், பருவநிலை மாற்றம் இவையெல்லாம் சில ஆண்டுகளாகவே பெரிதும் பேசப்பட்டு வருகின்றன. பெரும்பாலும் இவை, சுற்றுச்சூழல் ஆர்வலர்கள், இயற்கை விரும்பிகள் போன்ற பொதுமக்களின் குரல் களாகவே இருக்கின்றன. இவற்றைக் காக்க வேண்டிய அரசாங்கங் களோ பெயரளவில் சில கூட்டங்கள், ஒப்பந்தங்கள், பன்னெடுங் காலத்திட்டங்கள் எனப் பேசிவிட்டு, மீண்டும் காடழிப்பிலும் இயற்கை சீர்கேட்டிலும் முனைப்பாக ஈடுபடுகின்றன. சாதாரணர்களின் குரல் களுக்குப் பெரும்பாலும் அவை செவிமடுப்பதில்லை.

சமீப காலங்களில், மேற்சொன்ன இயற்கை ஆர்வலர்களும் கடிந்து போராடுவதைக் குறைத்துக்கொண்டனர். நல்வாய்ப்பாக சில நல்லுள்ளங்கள் நீதிமன்றங்களை நாட, நீதியரசர்களிலும் பலர் சுற்றுச்சூழல் மீது அக்கறை கொண்டோர்களாக இருக்கின்ற காரணத்தால் காடழிப்புகள், சூழல் சீர்கேடுகள் பல இடங்களில் தடுத்து நிறுத்தப்பட்டன.

இயற்கை எனும் பேராசான் பெரும் படைப்பாளி. அவனது படைப்புகள் ஏதோ ஒரு நோக்கத்துக்காகவே படைக்கப்பட்டவை. அவை, தாங்கள் எந்த நோக்கத்துக்காகப் படைக்கப்பட்டனவோ அவற்றைச் செவ்வனே செய்து வருகின்றன, மனிதனைத் தவிர்த்து. மனிதன் மட்டுமே படைக்கப்பட்ட நோக்கத்தை விடுத்து, தாந்தோன்றித் தனமான சுயநலமிக்க கொடுந்தொழில்களை மேற் கொண்டு வருகிறான். இவனது பேராசைஇவனையே அழிக்கப்போகிற தென்பதை அறியாது; அல்ல அல்ல, அறிந்தும் செய்து வருகிறான்.

இயற்கை என்ற படைப்பாளி, தன் படைப்பில் தவறு நிகழும் போதெல்லாம் பள்ளிச் சிறார்கள் தங்கள் எழுதுபலகையில் எழுதி யதை அழிப்பதுபோல் அழிக்கத் தவறியதில்லை. அவ்வாறுதான் இப்புவியில் ஐந்து பேரழிவுகள் இதுகாறும் நிழந்துள்ளன; இனியும் நிகழும். இந்நூல் ஆசிரியர் ஒரு கட்டுரையில் குறிப்பிட்டதுபோல், இப்புவியைக் காக்க வேறு ஒரு தேவதூதன் வரப்போவதில்லை. நாமேதான் அந்த தேவ தூதர்கள். இதை உணரத்தவறினால் உலகம்

அழிய கல்கி அவதாரம் தனியே வரப் போவதில்லை. நாம் ஒவ்வொரு வரும் ஒரு கல்கி அவதாரமே!

இதை உணர்த்தவே இந்நூலில் அருமையான 15 கட்டுரைகளைத் தொகுத்தளித்துள்ளார் நூலாசிரியர். ஏற்கனவே நான் சொன்னது போல் சாதாரணர்கள்தான் இயற்கையைக் காக்கக் குரல் கொடுக்கிறார்கள். அவ்வகையில் இந்த 'சாதாரணனும்' தன் பங்களிப்பாக இந்நூலை நமக்களித்திருக்கிறார்.

ஆதிமனிதன் ஐந்திணைகளில் விவசாயத்தைத் தொழிலாய்ச் செய்த முத்திணைகள் குறித்துப் பேசுகிறது 'உழவு ஒரு தொழிலா?'. கேடுசெய் உயிர்களின் பெருக்கத்தைக் கட்டுப்பாட்டில் வைத்திருந்த தவளைகள் குறித்துப் பேசுகிறது 'ஈரம்பாடிய வானம்பாடி'. முன்னொரு காலத்தில் காடுகளுக்கு வெளியே விரவி, உயிர்ப்பன்மை காத்த அமைப்புகள் பற்றி 'உயிர்வேலி' பேசுகிறது.

இரவாடி உயிரினங்களின் இன்றியமையாமை குறித்தது 'இரவு எங்களுக்கு உறவு'. கெடுஞ்சகுனம் என வெறுக்கும் ஆந்தைகள் புகழ் பாடுகிறது 'அறிவிற் சிறந்த பறவை'. வலசைப் பறவைகளைப் பற்றி விளக்குகிறது 'எல்லைகள் எமக்கில்லை'. கானகத்தின் பேருயிர் யானைகள் குறித்து 'முக்கால அதிசயங்கள்' படித்தால் அறியலாம்.

மனிதனெனும் கொடுஞ்செயலன் குறித்து அறிய அவசியம் படிக்க வேண்டும் 'எல்லோரும் தேவதூதர்கள்'. அழிந்து வரும் புள்ளினம், சிட்டுக்குருவியின் பெருமை பேசுவது 'செல்லச்சிட்டு'. ஐம்பெரும் பூதங்களில் ஒன்றான காற்றின் சக்தி 'காற்றோடு ஒரு பயணம்', படித்தால் வியக்க வைக்கிறது.

அழிக்கப்பட்டு வரும் நம் தமிழ்நாட்டு மாநில மரம் பனையின் பெருமை 'நெடிதுயர்ந்த நேசன்' பனையளவு பேசுகிறது. காணவே அரிதாகிப்போன கரிச்சான் குருவி என்ற இரட்டைவால் குருவியை நம் கண் முன் கொண்டு வந்து நிறுத்துகிறது 'வீரம் நிறைந்த பறவை'. பல்லாயிரம் ஆண்டுகள் நாம் மருந்தெனப் பயன்படுத்திய வேம்பின் சிறப்பை 'கசக்கின்ற இனிப்பு' நமக்கு சுவைக்கத் தருகிறது

எத்தனை வகைக் காடுகள்! அவற்றை விளக்குகிறது 'பிரிவினும் சுடுமே பெருங்காடு'. இமயமலைக்கும் மூத்தவை மேற்குத் தொடர்ச்சி மலைகள். தென்னிந்திய மாநிலங்களின் நீர்த்தொட்டியான இதன்

சிறப்பு செப்பிடும் 'மேற்கில் ஒரு கொடை'.

இக்கட்டுரைகளில், ஆசிரியர் தமிழர்களின் ஆதி இலக்கியங்களில் இருந்து மேற்கோள்கள் காட்டியுள்ளது மிகச்சிறப்பு. இதனாலேயே இந்நூல் அத்துனை கல்வி நிலையங்களிலும் பாட நூலாகவே போதிக்கப்பட வேண்டும் என்பது என் அவா!! அது நிகழுமா எனத் தெரியவில்லை.

தங்கள் குழந்தைகளுக்கும், வாய்ப்பிருப்பின் பிற குழந்தை களுக்கும் இந்நூல் ஒன்றை வாங்கிப் பரிசளியுங்கள். வருங்காலக் குடிமக்களாகிய அவர்கள் அவசியம் படிக்க வேண்டிய நூல் இது!!

வாழ்த்துக்களும் பாராட்டுக்களும் நன்றிகளும்.

இடம் : கோவை.

சி. பத்ரசாமி
மேனாள் மாவட்ட வன அலுவலர்,
மாவட்ட கௌரவ வன உயிரினக்காப்பாளர்

என்னுரை

ஊருக்குழைத்திடல் 'யோகம்' என்பார் பாரதி. அந்த ஊரில் மனிதர்கள் மட்டுமே வாழ்கிறார்கள் என்றெண்ணி மனிதர்களுக்காக மட்டுமே எல்லோரும் உழைக்கிறார்கள். இந்த பூமி மனிதர்கள் மட்டுமே வாழ உருவானதா? மனிதனைத் தவிர மற்றெல்லா உயிரினங்களும் பாவப்பட்ட பிறவிகளா? இன்றிருக்கும் உயிரினங்களில், மற்றெல்லா உயிரினங்களைவிட மிக இளைய வயதுடைய இனம் மனித இனம். எந்த இடத்திலும் மூத்தோருக்கு மதிப்பளிக்க வேண்டும் என்ற கொள்கையை அறிவு வயப்பட்டு வலியுறுத்தும் மனிதன், ஏனோ தன்னைவிட பூமித்தாயின் மூத்த குடிகளான இதர உயிரினங்களுக்கு மதிப்பளிக்க மறுத்து வருகிறான்.

வேட்டை மட்டுமே தொழிலாய் இருந்தவரை மனிதன் மற்ற உயிரினங்களை நேசித்தான். அவைகளைக் கொன்று உண்டபோது கூட, முற்றாக அழித்தொழிக்கும் கொடுந்தொழிலை ஆதி மனிதன் செய்ததே இல்லை. ஆனால் எல்லாம் அறிந்த மனிதன், நாகரிகம் கற்ற மனிதன் மற்ற உயிரினங்களை பூமிப் பரப்பிலிருந்து அழிக்கத் தலைப்பட்டிருக்கிறான். இதில் அழிந்தவை போக, அழிவின் விளிம்பில் நின்று கதறும் உயிரினங்களின் மீது கூட கருணை காட்ட மனிதன் தயாராக இல்லை.

இதுபற்றிய ஆதங்கம் என்னுள் இருந்தாலும், 'தனி மனிதனால் என்ன செய்ய முடியும்?' என்றிருந்த காலங்களை நினைத்து இப்போது வெட்கி நிற்கின்றேன். அருமை நண்பர் திரு.செ.ஜெரால்ட் ஆரோக்கியராஜ் அவர்கள் சுற்றுச்சூழல் ஒருங்கிணைப்பாளராக, கரூர் மாவட்டத்தில் பொறுப்பேற்றுக் கொண்டபோது, அவருடன் இணைந்து பணியாற்றும் வாய்ப்பை ஏற்படுத்திக் கொடுத்தார். ஒருமுறை கொடைக்கானல் பயிற்சிக்கு என்னை அழைத்துச் சென்றார். அதுவரை, மரம் நடுதல் மட்டுமே சுற்றுச் சூழலுக்கு நம்மால் செய்ய முடிந்த பணி என்றிருந்த எனக்கு, வேறு பாதையை ஏற்படுத்திக் கொடுத்தது அந்தப் பயணமும் பயிற்சியும்.

பல உயிரினங்கள், பல தளங்கள், பல புத்தகங்கள் எனக்கு அறிமுகமாயின. ஒத்த கருத்துடைய பல நண்பர்கள் பழகக்

கிடைத்தார்கள். ஊர் சுற்றுதல் முடித்து, காடு சுற்றுதல் வாய்க்கப் பெற்றேன். நான் பார்த்த, கேட்ட, படித்தவற்றைக் கொண்டு மேலும் சுற்றினேன். மேலும் தேடித்தேடிப் படித்தேன். அவற்றை அப்படியே என்னுள் புதைக்கத் தயாராகாமல், என் ஆசிரிய நண்பர்கள் தொடங்கிய வாட்ஸ்அப் குழுவில் எழுதத் துவங்கினேன். என் எழுத்தை, கருத்தை ரசித்த நண்பர்கள் பலரும் பாராட்டவே, கட்டுரைகளை மேலும் மெருகேற்றி எழுதினேன். ஒரு கட்டத்தில் இதைப் புத்தக வடிவில் கொண்டு வரலாம் எனப் பலரும் வலியுறுத்தினர். அவர்களுள் முதன்மையானவர் மேற்குமண்டல காவல்துறைத் தலைவர் திரு. அ.பாரி இ.கா.ப. அவர்கள்.

புத்தக எண்ணம் வடிவமாவதற்கு முன்பாகவே என் கட்டுரைகளை, வாட்ஸ்அப்பில் பிழை திருத்தம் செய்து கொடுத்து உதவிய தம்பி கா.வரதராஜன் மற்றும் பிழை திருத்தம் செய்ததோடு இன்னும் உங்கள் கட்டுரை வரவில்லை என நச்சரித்து, எச்சரித்து எழுத வைத்த தங்கை த.அபிராமி ஆகியோர் நினைவு கூறத் தக்கவர்கள்.

எனக்கு தமிழின் மீதான ஆர்வத்தைத் தூண்டிய தமிழாசிரியர்களில் ஒருவரும், இந்தப் புத்தகத்தில் இடம் பெற்ற தமிழ் இலக்கிய மேற்கோள்களில் ஏற்படும் சந்தேகங்களைத் தீர்த்து வைத்தவருமான எனது தமிழாசிரியர் திரு.இராம.சுப்பிரமணியன், என் கட்டுரைகளை மேலும் மெருகேற்ற உதவிய எனது மைத்துனரும் தமிழாசிரியருமான திரு.சு.லோகநாதன் ஆகியோரும் இப்புத்தகம் வந்ததில் பெரும் பங்காற்றியவர்கள்.

தம்பி காத்தமுத்து அவர்களின் அளப்பரிய உழைப்பு இப்புத்தகம் அச்சுவடிவம் பெற முழுமையாய் இருந்தது. எனக்கு எந்த வேலையும் வைக்கவில்லை அவர். அவரது புத்தகம் போல் எண்ணிப் பணியாற்றினார்.

இயற்கையோடு இணைவோம் என்பதில் யாருக்கும் மாற்றுக் கருத்து இருக்காதாயினும், 'மாற்றுக் கருத்துக் கொண்டவர்களையும் இப்புத்தகம் சிறிதளவாவது மாற்றிவிடாதா?' என்ற எண்ணத்திலும் இயற்கையை நேசிக்கச் செய்யும் இளைய தலைமுறையை உருவாக்க வேண்டுமென்ற தீராக் காதலாலும் உங்கள் முன் இப்புத்தகத்தைச் சமர்ப்பிக்கிறேன்.

'உனக்கு நல்லா எழுத வருதுடா' என்று ஊக்கப்படுத்திய எனது ஆசிரியர்கள், 'நல்லாத்தானே எழுதற, ஏதாச்சும் எழுது' எனச் சொன்ன நண்பர்கள், இப்படிப் பலவாறு தூண்டப்பட்டு எழுதிய சிலவற்றில் இயற்கை குறித்த கட்டுரைகளை மட்டும் தொகுத்து, நண்பர்களின் உதவியுடன் முதற் பதிப்பாக 1000 பிரதிகள் வெளியிட்டோம். வெளியிட்ட அன்றே 600 பிரதிகள் விற்றுவிட, இதைப் படித்த சிலர் தொலைபேசி வழி தொடர்பு கொண்டு, பரிசளிக்கச் சிறந்த புத்தகம் எனச் சொல்லி 5 முதல் 100 பிரதிகள்வரை வாங்கிவிட்டனர்.

மேலும் முகமறியா பல நண்பர்கள் 'உயிர்வேலி' கேட்டு அழைத்தனர். உள்ளபடியே எனக்கு அது மகிழ்ச்சி அளித்தது என்றாலும் அடுத்து என்ன செய்வது எனத் தெரியாத நிலையில் இருந்தேன். கையில் புத்தகம் ஏதுமில்லை. கடைகளிலும் இதை விற்றதில்லை.

இந்நிலையில் சுவடு பதிப்பகத்தார் தரமான நூல்களை வெளியிட்டு வருவதை அறிந்து நண்பரும் மாப்பிள்ளையுமான நல்லுவையும் மன்சூர் அண்ணனையும் தொடர்பு கொண்டேன். மகிழ்வுடன் இரண்டாம் பதிப்பை வெளியிட முன் வந்தார்கள். இருவருக்கும் நெஞ்சார்ந்த நன்றி. இரண்டாம் பதிப்புக்கு அணிந்துரை எழுதித் தரக் கேட்டவுடன் மனமுவந்து மகிழ்வுடன் எழுதித் தந்த முன்னாள் மாவட்ட வன அலுவலர் திரு. சி.பத்ரசாமி அவர்களுக்கும் மனமார்ந்த நன்றி.

முதல் பதிப்பில் உள்ளதைவிடக் கூடுதலாக நான்கு கட்டுரைகளை இப்பதிப்பில் இணைத்துள்ளேன். முதல் பதிப்பில் சில விசயங்களைப் புரிந்து கொள்ள சிறுவர் சிறுமியர் சிரமப்பட்டனர் என்பதை அறிந்து அதனைப் போக்கச் சில பல படங்கள் சேர்க்கப்பட்டுள்ளன. இது இப்பதிப்பின் கூடுதல் சிறப்பு.

இயற்கையோடு இயற்கையாக வாழ்வோம். நம்மைவிட்டு அழியும் நிலையில் உள்ள உயிரிகளையும் வாழவிடுவோம்.

அன்புடன்,

சாதாரணன்

அரங்கபாளையம்

பொருளடக்கம்

உழவு ஒரு தொழிலா ?	– 17
ஈரம் பாடிய வானம்பாடி	– 24
உயிர்வேலி	– 29
இரவு எங்களுக்கு உறவு	– 35
அறிவிற் சிறந்த பறவை	– 39
எல்லைகள் எமக்கில்லை	– 43
முக்கால அதிசயங்கள்	– 50
எல்லோரும் தேவதூதர்கள்	– 59
செல்லச் சிட்டு	– 65
காற்றோடு ஒரு பயணம்	– 69
நெடிதுயர்ந்த நேசன்	– 73
வீரம் நிறைந்த பறவை	–79
கசக்கின்ற இனிப்பு	– 83
பிரிவினும் சுடுமே பெருங்காடு	– 89
மேற்கில் ஒரு கொடை	– 94

உழவு ஒரு தொழிலா ?

காந்தி தோன்றி அஹிம்சை போதிக்கும் முன்பே, மார்க்ஸ் தோன்றி பொதுவுடமை போதிக்கும் முன்பே, நபிகள் தோன்றி சமத்துவம் போதிக்கும் முன்பே, ஏசுநாதர் தோன்றி அன்பைப் போதிக்கும் முன்பே புத்தன் தோன்றி பகுத்தறிவு போதித்தான். எம் வள்ளுவனோ இவை எல்லாம் போதித்தான். அவன் சொன்னதுதான் 'சுழன்றும் ஏர்ப் பின்னது உலகம்.'

பெருவெடிப்புக் கொள்கைப்படியோ, டார்வின் கோட்பாட்டின் படியோ, வேறு எந்த சித்தாந்தத்தின் படியோ, பூமியில் மனித இனம் தோன்றி 3,00,000 ஆண்டுகளுக்கும் மேலாகி விட்டது. விலங்குகளுடன் விலங்காய் ஓடியாடி வேட்டை நடத்தி வாழ்ந்த மனிதன், வெந்த இறைச்சியின் சுவையை உணர 2,00,000 ஆண்டுகளாவது ஆகியிருக்கும். மின்னலினால் தீப்பிடித்த கானகத்தில் சிக்கிய விலங்குகளின் இறைச்சியே அவனது முதல் சமைத்த உணவு.

தீயினுள் சிக்கி வெந்து மாண்டு போன ஏதோ ஒரு விலங்கினை, யாரோ ஒரு மனிதன் தொட்டிருக்கக் கூடும். வெப்பத்தின் சூடு தாங்காமல் வாயில் வைத்திருக்க வேண்டும். அதன் சுவையைக் கண்டு அவ்விலங்கை ஆற வைத்து, ஆற அமர உண்டிருக்க வேண்டும். ஆனாலும், நெருப்பைக் கையாளும் வித்தையை அவனால் கண்டறிய முடியவில்லை.

எவரோ, யாரோ ஒரு விஞ்ஞானி மின்னலின்போது உருவான கனலை அணையாமல் காத்தால், தேவைப்படும்போது பயன்படுத்தலாம் எனச் சொல்லியதோடு அதைச் செய்தும் காட்டியிருப்பார். அவரே மனித குலத்தின் முதல் விஞ்ஞானி. மழை, பனி, காற்றுக்குப் பயந்து குகையினுள் நெருப்பை அடைகாத்திருக்க வேண்டும்.

வெகுநாள் கழித்து வேறொருவர், மின்னலின் போது நெருப்பு ஏன் உண்டாகிறது? எப்படி உண்டாகிறது? நம்மால் அதை உருவாக்க முடியாதா? எனத் தனக்குள் எழுந்த கேள்விக்கு விடை தேடியிருப்பார்.

கல்லைக் கடைந்து தீ உண்டாக்குதல்

நெருப்பை உருவாக்கவும் முயன்றிருப்பார். உராய்வு ஏற்படுவதால் நெருப்பு கிடைக்கும் என்பதைத் தெரிந்து சிக்கி முக்கிக் கல்லைத் தேய்த்து நெருப்பை உண்டாக்கிக் காட்டியிருப்பார். அவரே மனித இனத்தின் முதல் கண்டுபிடிப்பாளர்.

கட்டுக்குள் கொண்டு வந்த நெருப்பை வைத்து வேட்டையாடிய உணவைச்சுட்டுத்தின்ன ஆரம்பித்தான் மனிதன். சுட்ட உணவே சுவை யானது என ஆதி மனிதன் நின்றிருந்தால் வகை வகையான சைவ அசைவ உணவுகள் நமக்குக் கிடைத்திருக்காது. உணவைச் சுடும் செயலில் மட்டுமல்லாது தன்னைத் தற்காத்துக் கொள்ளவும் நெருப்பைப் பயன்படுத்தினான்.

ஓயாத ஓட்டம், ஓரிடத்தில் நில்லாத பயணம், அடுத்தடுத்த தேடல் இருந்ததனால் விலங்கிலிருந்து மனிதன் வேறுபட்டு நின்றான். சுட்ட உணவு மீந்து போனாலும், கெடாமல் இருந்தது. ஓயாத வேட்டையிலிருந்து அவனுக்கு ஓய்வும் கிடைத்தது. ஓய்வு கிடைத்தவனின் மூளை வேட்டையை விடுத்து வேறு பலவற்றைச் சிந்திக்கத் துவங்கியது. அதன் பலனே நமக்குக் கிடைத்த வரலாற்றுக்கு முந்தைய காலக் குகை ஓவியங்கள். 10000 ஆண்டுகளுக்கு முந்தைய குகை ஓவியங்கள் கூடக் கிடைத்துள்ளன. மனிதன் அறிந்த முதல் கலை ஓவியம், அடுத்த கலை சிற்பம்.

பாறை ஓவியங்கள்

ஓடி ஓடி ஆடிய வேட்டை களைத்ததனால், உட்கார்ந்த இடத்திலிருந்தே வேட்டையாடும் தொழில் நுட்பம் கண்டறியப் பட்டிருக்க வேண்டும். வலை வீசி, கண்ணி வைத்து, பறவைகளையும் விலங்குகளையும் பிடித்ததே மனிதனின் முதல் தொழில்நுட்பப் பயன்பாடு.

தாவர உண்ணிகளுக்குத் தானியங்களையும், ஊன் உண்ணிகளுக்குச் சிறு விலங்குகளையும் பிடி பொருளாய்ப் பயன்படுத்தியிருப்பான். அவற்றை உண்ண வரும் பறவைகளை, விலங்குகளை காத்திருந்து வேட்டையாடியிருப்பான். தூவிய தானியங்களில் மீந்தவை மழைக்குப் பிறகு முளைத்ததைக் கண்டிருப்பான். திகைத்தும் இருப்பான். தூவியதில் மீந்துபோன தானியங்கள் சிலவற்றை ஆதிப்பெண் ஓரிடத்தில் விதைக்க அவை முளைத்து விட்டன. ஆக, உலகின் முதல் விவசாயி பெண்ணே. இதுவரை ஆய்ந்த அகழ்வில் கண்டறியப்பட்ட உண்மை இது.

பயிரிடும் அறிவு வாய்த்தபின், நிலையில்லாமல் ஓடிய இனம், நிலையான இடத்தைத் தேர்ந்தெடுத்தது. தேர்ந்தெடுத்த இடங்களெல்லாம் ஏதாவது ஓர் ஆற்றின் கரையில் இருந்தன.

உலகம் பண்பாட்டின் பக்கம் திரும்பிய காலம் இன்றைக்கு 5000 ஆண்டுகளுக்கு முன்னதாகும். பண்பாட்டின் திறவுகோலாக இருந்த தமிழகத்தில் நிலம் ஐவகையாக இருந்தது. மலை சார்ந்த குறிஞ்சியும், காடு சார்ந்த முல்லையும், வயல் சார்ந்த மருதமும், கடல் சார்ந்த நெய்தலும், தம்மியல்பில் திரிந்த குறிஞ்சியும் முல்லையும் பாலையாகவும் பிரிக்கப்பட்டன. தமிழர் பகுத்த இப்பிரிவு தவிர்த்து உலகின் இயற்கைப் பிரிவுகள் வேறில்லை.

குறிஞ்சி

உழவு தோன்றிய நிலங்களி னூடே ஒரு பயணம் போவோம். விவசாயம் முதலில் தோன்றிய நிலம் குறிஞ்சி. முகடுகள், ஏற்ற இறக்கங்கள் நிறைந்த மலையா யினும் ஓரளவு சமமான நிலம் கண்டுபிடிக்கப்பட்டு, அங்கிருந்த தாவரங்கள்தீயிட்டுஅழிக்கப்பட்டு, விவசாயத்திற்கு நிலம் தயார் செய்யப்பட்டது. ஏர் பூட்டி நிலத்தை உழவு செய்யாமல் பயி ரிடும் முறை குறிஞ்சியில் நடந்தது. பன்றி கீறிய நிலத்தில் விதைகள் தூவி முளைக்க வைக்கும் பழக் கமும் இருந்தது. மலைபடுகடாம் காட்டும் குறிஞ்சி நில உழவுக் காட்சி,

"தொய்யாது வித்திய
துளர்பாடு துடவை".

அதாவது, உழாது விதைத்த நல்ல விளை நிலம். வளப்பமான குறிஞ்சி நிலத்தில் உழ வேண்டிய தேவைஇல்லை. இயற்கையிலேயே மண்ணில் இலை மக்கு நிறைந்து

முல்லை

மருதம்

நெய்தல்

பாலை

காணப்படும் மண் குறிஞ்சி நில மண். வளமான மண்ணுக்கு ஆதாரம் இலை மக்கு.

உழாத வேளாண்மையை உலகுக்குச் சொன்னவர்கள் தமிழர்கள் என்றார் 'ஃபுகோகா' என்னும் வேளாண் அறிஞர். தினைப் புலத்துக் குறத்தி, குருவி விரட்டும் ஓசையைக் கேட்டவாறே குறிஞ்சி நிலம் விட்டகல்வோம்.

குறிஞ்சிக்கு அடுத்து உள்ள நிலம் முல்லை. காட்டுப் பயிர் விளைச்சல் அதிகம். முல்லை நிலமே முதலில் கலப்பையைப் பயன்படுத்திய நிலம். இயற்கை தந்த கொடை குறிஞ்சி. கால்நடை மனிதர்கள் தங்களுக்கென கால்நடைகளைப் பழக்கி, அவற்றின் துணையுடன் பயிர் செய்த இடம் முல்லை. கால்நடைகளே அவர்களின் செல்வம், வாழ்வு, கலாச்சாரம், பண்பாடு எல்லாம். அதனால்தான் தமிழனின் போர் முறைகளில் ஒன்று 'ஆநிரை கவர்தல்', அதனெதிர் 'ஆநிரை மீட்டல்'.

"பிடி கணத்து அன்ன குதிருடை முன்றில்
களிற்றுத் தாள்புரையும் திரிமரப் பந்தர்
குறுஞ்சாற்று உருளையோடு கலப்பை சார்த்தி"

இப்பெரும்பாணாற்றுப்படைப் பாடல், முல்லை நிலத்து இல்லத்தைக் காட்டுகிறது. பெரிய குதிர் உடைய முற்றம், யானையின் கால்களை ஒத்த பந்தல் தூண்கள், யானைக்கும் தலை தட்டாத பந்தல், அங்கே சிறியதும் கூர்நுனி உடையதுமான குறுஞ்சாற்றுக் கலப்பை சார்த்தி வைக்கப்படுள்ளது. இது போன்ற காட்சிகள் கொண்ட இல்லங்கள் பல உள்ளன முல்லை நிலத்தில்.

கால்நடைகள் நடந்து மேய்ந்து இறுகிப்போன நிலத்தைக் கூர்நுனிக் கலப்பை கொண்டு உழுதால் மட்டுமே தானியங்களை விளைவிக்க முடியும். அறுவடையின் முடிவில் தானியங்கள் மனிதத் தேவைக்கும், மற்ற பாகங்கள் கால்நடைத் தேவைக்கும் பயன்படுத் தப்பட்டன. மீந்துபோன தானியங்கள் குதிர்களில் சேமித்து வைக்கப் பட்டன. ஆயர் வீட்டிலிருந்து ஆய்ச்சியர் தயிர் கடையும் ஓசையைக் கேட்டுக்கொண்டே முல்லை நிலம் விட்டு நகர்வோம்.

குதித்தோடும் காட்டாறுகூட அமைதியாக ஓடும் சமவெளிப்

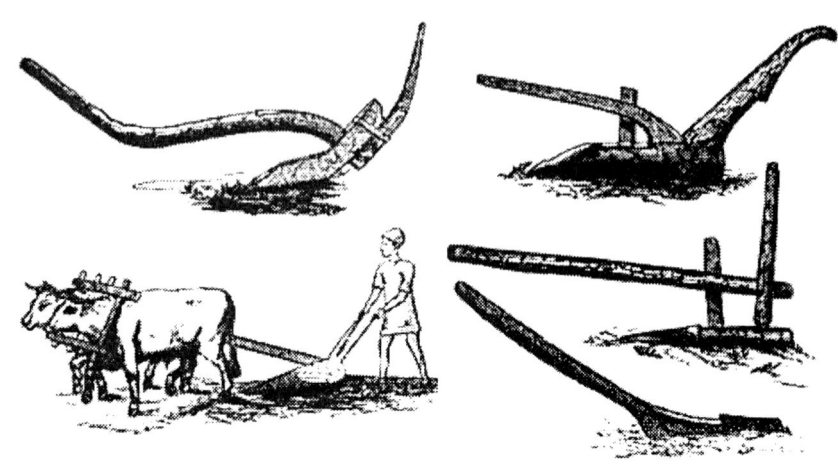

பகுதி. நிறைந்த நீர், வளமான மண், உழைப்பாளி மனிதர்கள், வயல் சார்ந்த நிலம் இவற்றால் ஆனது மந்த மாருதம் வீசும் மருதம். இந்த நிலத்தில்தான், கூர்நுனிக் கலப்பை அகலமான பெருங் கலப்பை யானது.

"குடிநிறை வல்சிச் செஞ்சால் உழவர்
நடை நவில் பெரும்பகடு புதவில் பூட்டி
பிடிவாய் அன்ன மடிவாய் நாஞ்சில்
உடுப்பு முக முழுக் கொழு மூழ்க ஊன்றி"

அதே பெரும்பாணாற்றுப்படை மருதநிலக் காட்சிபற்றிக் கூறுவதைப் பார்ப்போம். "பிடிவாய் அன்ன மடிவாய் நாஞ்சில்" என்பது யானையின் வாயைப் போன்ற பெரிய கலப்பை. எருதுகள் அவ்வளவு பெரிய கலப்பையை இழுக்கிறதாம். கொழு முழுதும் மண்ணில் மூழ்குமாறு உழுகிறதாம். ஆழ உழ வேண்டும். உழுதும் இருக்கிறார்கள்.

'கட்டுக் களங்காணும்
கதிர் உழக்கு நெல் காணும்
சொன்ன பொதிகாணும்'

இந்த நாட்டுப் பாடல் போதுமன்றோ விளைச்சலின் திறம் கூற. கழனியின் உழவோசையும், மாடுகளின் மணியோசையும் கேட்டவாறு மருத நிலம் விட்டு வெளியே வருவோம்.

மன்னருக்கும் மேல் உழவரைப் போற்றிய இனம் தமிழினம். அதனால்தான் மன்னனை வாழ்த்திய அவ்வையும் 'வரப்புயர' என்று வாழ்த்தினார். கவிச்சக்கரவர்த்தி கம்பனும் 'ஏர் எழுபது' என்று எழுபது பாடல்களில் உழவனின் மேன்மையைச் சொன்னார்.

பன்றி கீறிய தடத்தில் நடந்த உழவும், கூர் கொண்ட கலப்பையில் நடந்த உழவும், யானை வாய் போன்ற பெரிய கலப்பையில் நடந்த உழவும் உலகுக்குச் சோறூட்டின. இன்றும் ஊட்டிக் கொண்டிருக்கின்றன.

உழவு தொழிலன்று, அது நமது வரலாறு
உழவு தொழிலன்று, அது நமது பாரம்பரியம்
உழவு தொழிலன்று, அது நமது பண்பாடு
உழவு தொழிலன்று, அது நமது வாழ்க்கை
உழவு தொழிலன்று, அது நமது உயிர். ∎

ஈரம் பாடிய வானம்பாடி

"வானத்திலே திருவிழா
வழக்கமான ஒருவிழா
மின்னலொரு நாட்டியம்
மேடை வான மண்டபம்
இடி இடிக்கும் மேகங்கள்
இறங்கிவரும் தாளங்கள்"

என நீண்டு கொண்டே போகும். இப்பாடலின் இறுதி வரிகள்,

"பார் முழுதும் வீட்டிலே
பறவை கூட கூட்டிலே
தவளை மட்டும் பாடுமே
தண்ணீரிலே ஆடுமே"

என்று முடியும். இது, நான் மூன்றாம் வகுப்பு படித்தபோது, பாடப் புத்தகத்தில் இடம்பெற்ற பாடல். அப்போதெல்லாம் பாடப்புத்தகத்தில் ஈரம் இருந்தது. இனிமை இருந்தது. தண்ணீரிலே ஆடிய தவளைகளை அந்நாட்களில் அதிகம் கண்டிருக்கிறோம். இந்நாளில் தவளையைக் கடைசியாக எங்கு சந்தித்தீர்கள்? நினைவுப் பக்கங்களைத் தூசி தட்டிப் பாருங்கள். வெட்கப்பட வேண்டிய பதிலே கிடைக்கும்.

சார்லஸ் டார்வின் தனது பரிணாம வளர்ச்சிக் கோட்பாட்டில், முதலில் தோன்றியது நீருயிரி என்கிறார். அதைத் தொடர்ந்து தோன்றியது முதுகெலும்பு உள்ள இருவாழ்விகள். 36 கோடி ஆண்டுகளுக்கு முன் முதுகெலும்புடைய மீனிலிருந்து பரிணாம வளர்ச்சியால் தோன்றியவை தவளைகள். இயற்கையை நேசிக்கும் வரலாற்றுப் பூமியில் பன்னெடுங் காலமாய்ப் பல்லுயிர் இருப்பின் இன்றியமையாத பங்கைச் செலுத்துவதிலும், உயிரினச் சமநிலையை

உறுதிபடுத்துவதிலும் பெரிய அளவில் தம் பங்களிப்பைச் செய்கின்றன தவளைகள்.

குட்டையில் வாழ்ந்தாலும், குளத்தில் வாழ்ந்தாலும், ஆற்றில் வாழ்ந்தாலும், கிணற்றில் வாழ்ந்தாலும் தவளை சொட்டு நீர் குடிக்காது. தவளைகளின் வாழ்விடம்தான் நீரே தவிர, நீர் மட்டுமே அவற்றுக்கு உணவில்லை. உயிர்ப் பரிமாணத்தின் ஒவ்வொரு வளர்ச்சியிலும் ஏதோ ஓர் உயிரினம் சற்றே அதிகமாகப் பிறந்து விடுகின்றது. அல்லது எளிதில் மடிவதில்லை. அவ்வாறான சூழல், உலகில் வாழும் எந்த இனத்திற்கும் நல்லதல்ல. அதற்காக இயற்கை தன்னைச் சமநிலைப்படுத்த வேறுவேறு உயிரினங்களைப் பரிண மிக்கிறது. அவ்வாறு பரிணமித்த உயிர்களில் தவளையே முதன்மை யானது.

பெரும்பாலான பூச்சிகள் தண்ணீரின் மேற்பரப்பிலே முட்டையிடுகின்றன. அவற்றில் லார்வாக்களை உண்டு பிறப்பின் ஆரம்ப நிலையிலேயே பூச்சிகளைக் கட்டுக்குள் கொண்டுவந்து விடுகின்றன தவளைகள். இயற்கைப் பெருவெளியில், எல்லாமும் சமமாய் இருந்தால்தான் எல்லோரும் நலமாய் இருப்போம்.

ஒன்று கூடின் மற்றொன்று குறையும்; இதனெதிர் ஒன்று குறையின் மற்றொன்று கூடும் கண்ணுக்குப் புலனாகாத மாய வலையில் மனிதன் உட்பட ஒவ்வொரு உயிரினமும் பின்னப்பட்டிருக்கின்றது.

தண்ணீரிலும் நன்னீரிலேயே தவளைகள் வாழும். தவளைகள் முட்டையிட்டு வெளிவரும் நிலையைத் தலைப்பிரட்டை என்கிறோம். தலைப்பிரட்டைகளில் பெரும்பாலானவை தாவர உண்ணிகள். ஆயினும், ஒரு சில வகைத் தலைப்பிரட்டைகளின் நொறுக்குத்தீனி கொசுக்களின் லார்வாக்கள். கொசுக்கள் இலட்சக் கணக்காய் முட்டையிட்டாலும் அதை ஆயிரக்கணக்காய்க் குறைத்து விடும் சக்தி தவளைகளுக்கு இருக்கின்றது. ஆறுகளையும், வாய்க்கால்களையும், ஏரிகளையும், குளங்களையும் சாக்கடை ஆக்கிவிட்டதால், தவளைகள் கொலை செய்யப்பட்டுவிட்டன. விளைவுகளைக் கொசுக்கடி மூலமும், மலேரியா, டெங்கு போன்ற நோய்கள் மூலமும் அனுபவிக்கிறோம். ஓர் உயிரினக் கொலைக்கு மனிதனுக்குக் கிடைக்கும் தண்டனை இது.

நமக்குக் கிடைத்திருக்கும் சுருள்களாலோ, வில்லைகளாலோ, திரவங்களாலோ, பசைகளாலோ, இன்ன பிற கொசு விரட்டிகளாலோ கொசுக்களை முற்றிலும் கொன்றொழிக்க முடியாது, மாறாகக் காசு கொடுத்து நோயை வாங்கிக் கொண்டிருக்கின்றோம்.

'தும்பி பறந்தால் தூரத்தில் மழை', 'தவளை கத்தினால் உடனே மழை' நம் முன்னோர்கள் பட்டறிவின் துணை கொண்டு சொல்லிச் சென்றவை இவை. தவளைகளுக்கென்று பல மகத்தான நுண் உணர்வுகளை இயற்கை வழங்கியுள்ளது. நிலத்தோடும் நீரோடும் ஒன்றி வாழ்வதால் தவளைகள் நிலத்திற்கு நெருக்கச் சொந்தங்களாகி விடுகின்றன. அதன் பயனாய், பூமியின் உள் அடுக்குகளின் உராய்வை எளிதில் அவை உணர்ந்து விடுகின்றன. ஒருவித வாயுக்களின் கசிவை அறிந்து, தவளைகள் நிலநடுக்கம் வருவதை நான்கு நாட்களுக்கு முன்னமே கண்டு கொள்கின்றன. தவளைகள் கூட்டமாய் இடம் பெயர்ந்தால் அவ்விடத்தில் அடுத்தொரு நாளில் பூகம்பம் வருவது உறுதி. நிலம் குலுங்கி, நிறையப் பொருள்களை உள்வாங்கி, அநேக உயிர்களைக் குடித்து அடங்கிய மறுநாளிலிலேயே பழைய இருப்பிடத்திற்குத் திரும்பிவிடும் சக்தி பெற்றவை தவளைகள்.

சாக்கடை பெருகித் தவளைகளை அழித்த பின், தவளைகளற்ற நகரங்களில்வாழ்கின்ற அவலநிலைக்கு ஆளானோம். அதனால்என்ன? நாம்தான் நிலம் தாண்டவம் ஆடி முடித்த பிறகு பூகம்பங்களை அளவெடுக்க ரிக்டர் அளவுகோலைக் கண்டுபிடித்திருக்கிறோமே! வரும்முன் காக்கும் அறிவற்று, வந்தபின் பிணங்களையும் சேதங்களையும் எண்ணத் தலைப்படுகிறோம்.

தவளைகளில் 7901 வகைகள் உலகிலுண்டு. அதில் 405 வகைகள் இந்தியாவில் இருக்கின்றன. நீர் நிலையில் இருக்கும் தவளைகளின் உடல் பச்சை நிறமாய் இருந்தால் அந்நீர் நன்னீர். அடர் பழுப்பில் தவளையின் தோல் தெரிந்தால், அது மாசுற்ற நீர். கடல் தவளை என்ற இனமே பூமியில் இல்லை. உப்பு நீர், தவளையின் உயிருக்கு எமன்.

தவளைக்குப் பற்களில்லை. பல்வரிசை போலவே இருக்கும் தாடைகள், பிடித்த இரையின் பிடியை நழுவ விடாமல் இருக்க உதவுகின்றன. பிடித்த பூச்சியின்மீது, தவளைகள் தன்னுள்ளே சுரக்கும் திரவத்தை உமிழ்ந்தே விழுங்குகின்றன. பூச்சியின் இறகோ, முள்ளோ தொண்டையைக் கிழிக்காமல் இருக்க இயற்கை தந்த கொடை, அந்தச் சுரப்பி.

தவளைகளை அழித்ததில் அடுக்குமாடிகளுக்கு இணையான பங்கு விவசாயிகளுக்கும் உண்டு. இயற்கையான பூச்சிக் கொல்லிகளாகத் தவளைகள் இருக்க, வேதிக் கொல்லிகளைத் தெளிப்பதன்மூலம், நம்மால் தவளைகளை மட்டுமே கொல்ல முடிந்தது. பூச்சிகள் புது வடிவம் பெற்று மீண்டும் வந்துவிட்டன. இவ்வகைப் பயிர்ப் பாதுகாப்பில் தவளைகளுடன் சேர்ந்து அழிந்தவை, சேற்று வயல் ஆடிய நண்டுகள், மண்ணைக் கிளறிய மண்புழுக்கள், கதிர்களின் ஊடே நீந்தி துள்ளிக் குதித்த கெண்டைகள். மண்ணைக் கிளறி உள்ளே வாழும் மண்ணுளிப் பாம்புகள். செத்த இவையாவுமே உழவனின் நண்பர்கள். ஆண்டாள் தன் திருப்பாவையில், "ஓங்கு செந்நெல் ஊடு கயல் உகள" என மீன்கள் நெல் வயலில் ஓடியதைச் சொல்லியுள்ளார்.

இலக்கியங்கள் தவளைகளைக் கொண்டாடவில்லையாயினும், தொட்டுச் சென்றிருக்கின்றன. "சேற்று நீர்ப்படு சொறித் தவளை கூப்பிடுகுதே" என்பது மழை வருவதை முன்கூட்டியே அறிந்து சொல்லும் தவளை பற்றிய முக்கூடற்பள்ளு பாடல். 'நுணலும் தன் வாயால் கெடும்'. நுணல், தமிழ் தவளைக்குத் தந்த இலக்கிய பெயர்.

பேரன்பின் வெளிப்பாட்டை மௌனத்தில் புதைக்கத் தெரியாமல், மழையிலும் மகிழ்விலும் சத்தமிட்டு விடுகின்றன தவளைகள். இந்தச் சத்தம் இணைக்கு மட்டுமல்ல, இரை தேடும் எதிரிக்கும் இடத்தைக் காட்டிக் கொடுத்து விடுகின்றது. அதனால் என்ன? தவளைகள் உணவுச் சங்கிலியின் ஒரு கண்ணியாகி மற்ற உயிர்களுக்கு உணவாகின்றன.

சர்வதேசத் தவளைகள் பாதுகாப்பு நாள், ஏப்ரல் 28. தவளை களைப் பாதுகாக்க வேண்டும் என்பது பாம்புக்கு வேண்டுமானால் தெரியாமல் இருக்கலாம். மனிதனுக்குத் தெரிந்தே இருக்க வேண்டும். இல்லையென்றால் கிணற்று மனிதராகி எல்லாவற்றையும் இழந்து விடுவோம். ∎

உயிர்வேலி

சகோதர யுத்தத்துக்குப்பின் அரசனான அசோகன், கலிங்கப் போருக்குப் பிறகு எந்தப் போரும் செய்யவில்லை. அன்பிற் சிறந்த ஆயுதமில்லை என ஆளத் தலைப்பட்டான். வென்ற பகுதியின் மன்னன் மாபெரும் வீரன் என்று அறிந்த பின், நாட்டைத் திருப்பிக் கொடுத்து மரியாதை செய்தான் மாவீரன் அலெக்ஸாண்டர். போரில் கைப்பற்றிய இலங்கையையும் வேங்கியையும் திருப்பித் தந்து சுதந்திர நாடாகவே இருக்கவிட்டான் மாமன்னன் இராசராசன். ஆளுகைக்குட்பட்ட மக்களில் பெரும்பான்மையானோரின் வழிபாட்டு உரிமைகளுக்கும் வாழ்க்கை முறைகளுக்கும் மதிப்பளித்தார் அக்பர். எத்தனையோ மன்னர்கள் உலகம் முழுவதும் இருந்தாலும் இவர்களை மட்டும் உலகம் மாமனிதர்களாகப் பார்க்கக் காரணம் என்ன? மற்றவர்களிடம் அவர்கள் காட்டிய அன்பு. அம்பெய்திக் கைப்பற்றுவதைக்கூட அன்பெய்திப் பெற்றார்கள். தவறெனத் தெரிந்தபின் தவறுகளைத் திருத்திக் கொண்டார்கள்.

நம்மில் பலர் தவறென்று சுட்டிய பிறகும் தன்னை நிரூபிக்கத் துடிக்கிறார்களே தவிர, ஒத்துக்கொள்வதில்லை. இந்தக் குணம் மனித அளவில் மட்டுமல்ல, மனிதனை எதிர்க்கவே தெரியாத உயிர்களின் பால் திரும்பும்போது அவ்வுயிர்கள் அழியத் தொடங்குகின்றன. அவற்றில் அழிவு மனிதகுல அழிவென்று உணரும் நாள் வர வேண்டும்.

ஆடுமாடு மேயும் காடுகளைச் சுற்றி வேலியிடுவது ஆதிகாலந் தொட்டே மனித வழக்கத்திலிருந்த முறை. முதலில் தன்னையும், தன்னுடன் அண்டி வந்தவர்களையும் காப்பாற்றிக்கொள்ள வேலி அமைத்தான். பின்னர் தன்னிடமிருக்கும் பொருள்கள் களவு போகாமல் இருக்க வேலி அமைத்தான். காலச் சக்கர முன்னோட்டத்தின் பிறிதொரு நாளில் தன்னிடமிருப்பது தன்னைவிட்டு நீங்காமல் இருக்க வேலி அமைத்தான். இது எனது எல்லை, இதன் ஆதிக்கம் முழுவதும் என்னுடையது என்று அடுத்தவர்களுக்குக் காட்ட வேலி அமைத்தான்.

சீனப் பெருஞ்சுவர் தவிர்த்து நாட்டெல்லைகளுக்குச் செயற்கை வேலி அமைக்கப்படவில்லை. உள்ளூர் வேலி என்பது கற்களைக் கொண்டோ மலைகளைப் பெயர்த்தோ அமைப்பதில்லை. அத்தனையும் சிறு மரங்களைக்கொண்டு அமைக்கப்பட்டவை. ஊடே பெரிய மரங்கள் ஒன்றிரண்டு தானாய் முளைத்துவிடும். பெரிய மரங்கள் எல்லாம் சேர்ந்து அடர்த்தியாய்ப் பின்னப்பட்ட கூந்தல்போல் அமைந்த அரணாய் இருக்கும்.

எங்கள் கொங்கு நாட்டுப்பகுதி கரடு முரடான மேடுபள்ளங்கள் நிறைந்தபகுதி. இங்கு விவசாயமே முதன்மையானது. அதன் துணைத் தொழிலாக ஆடுமாடு மேய்த்தலும் உண்டு. வானம் பார்த்த பூமியில் கொழுக்கட்டைப் புல் நிறைந்தோ குறைந்தோ இருக்கும், இக்காடு களே மேய்ச்சல் நிலங்கள். கொழுக்கட்டைப் புல்லின் பெயர்க் காரணம் சுவாரசியமானாது, அறிவுப் பூர்வமானதும்கூட. மழை பெய்து செழித்த காலங்களில் கொழு கொழுவென வளரும் இந்தப்புல், வறட்சியான காலங்களில் கட்டையாக மண்ணில் இருக்கும். மீண்டும் மழைபெய்தால் கொழுக்கும், பிறகு வறட்சி யானால் கட்டையாகும். பூமி சுற்றும் காற்றின் பருவநிலை மாற்றங் களைச் சமாளித்து, எந்தப் பருவ நிலையிலும் அழியாமல் வாழும் சாகாவரம் பெற்ற புல், கொழுக்கட்டைப் புல்.

மேய்ச்சல் காடுகளாயினும் சரி, விவசாய நிலங்களான தோட்டங் களானாலும் சரி, கிளுவை முள்ளில் வேலியடைத்துப் பயிரையும், கால் நடைகளின் உயிரையும் காப்பது தொன்று தொட்டு நடந்து

சங்கு பூ

செங்காந்தள்

உயிர்வேலி ♦ 31

உயிர்வேலி

வரும் ஒரு நிகழ்வு. இதில்தான் சமீப காலங்களில் ஆகப் பெரிய சிக்கல் விழுந்துள்ளது.

இதைச் சிக்கல் என்று ஒற்றை வார்த்தையினைப் பயன்படுத்திச் சொல்லுதல் பொருத்தமாகாது. உணவுச் சங்கிலியின் ஊடறுத்தலும், உறவுத் தொடர் வெட்டுப்படுதலும் நிகழ்த்தபட்டே உயிர்வேலிகள் அழிக்கப்படுகின்றன.

ஓர் உயிர்வேலியில் தாவரங்கள், பூச்சிகள், பறவைகள், ஊர்வன வகைகள், பாலூட்டிகள் எனப் பல உயிரினங்கள் உள்ளன. காட்டுமல்லி காணக் கிடைக்குமிடம் உயிர்வேலி. தமிழ் மாநிலத் தின் மலர் என்று போற்றப்படும் செங்காந்தள் பூ விரிப்பதும் உயிர் வேலியிலேயே. பிச்சிப் பூ, சங்குப் பூ, எனச் சகல மணமான பூக்களின் தாய்வீடு உயிர்வேலி. இன்னும் பெயர் தெரியாத அல்லது அறிய முடியாத பூக்களின் பிறப்பிடம் உயிர்வேலி.

சங்குப் பூவைப் பொடியாக்கி சுடு நீரில் கலந்து தேநீருக்குப் பதிலாகக் குடிக்கலாம். முடக்கத்தான் கொடி, உரிக்கான் கொடி இரண்டும் ஆகச் சிறந்த மூலிகைகள். மாடுகளோ ஆடுகளோ அம்மை நோயுறும்போது அவை தேடிச் சென்று இக்கொடிகளைச் சிறிதளவு உண்ணும். அம்மை நோய் காணாமல் போய்விடும். கொடிகளாய்ச் செடிகளாய் அநேக மருத்துவத் தாவரங்கள் உயிர்வேலியில் படர்ந்து தொண்டு செய்கின்றன. மொத்தத்தில் இது கிராமத்து மருந்துக் கடை.

கருப்பும் சிவப்பும் நமது அரசியலின் நிறம் மட்டுமல்ல,

பொறி
வண்டு

குன்றிமணி

உயிர் வேலியில் உள்ள குன்றி மணிக்காயின் நிறமும்கூட. வளமான இடத்தில்தான் குன்றிமணி காய்க்கும். செக்கச்சிவந்திருக்கும் கோவைப்பழம் காய்க்குமிடம் உயிர்வேலி. மருத்துவ குணம் மிக்க பிரண்டை விளைந்து வளைந்தோடுமிடம் உயிர்வேலி. கருக் கொண்ட கற்றாழை உருக்கொண்டு உருவாகி வளர்வதுவும் அங்கேதான். வெட்டி வேர் வாசம் வருவதும் அங்கேதான். அரும்பரும் பாய் ஆவாரை பூத்துக் காய்ப்பதுவும் அங்கேதான்.

பொன்
வண்டு

வகை வகையாய் வண்ணத்துப் பூச்சி, மேலுடலில் புள்ளிகள் வைத்த புள்ளிக் கரப்பான், பொரி வண்டு, பொன் வண்டு, கொம்புத் தேனி எனப் பூச்சியிலே நூறுவகை வாழ்வதற்கு இடங்கொடுப்பது உயிர்வேலி.

பச்சைப் பாம்பு

இது என்ன மாயம், கொடி நகர்கிறதே! என்று உயிர் வேலியை உற்றுப்பார்த்தால் அது நெளிந்தூறும் பச்சைப் பாம்பாய் இருக்கும். கடுகி ஓடும் குதிரையே தோற்றுப்

கொம்பேறி மூக்கன்

போகும், கொம்பேறி மூக்கன் பாய்ந்தோடும் வேகத்தின் முன்னால். வில்லரணை என கிராமத்து மக்கள் அழைக்கும் இப்பாம்பின் வாழ்விடமும் உயிர்வேலியே. ஓடக்கானென்றும் கரட்டாண்டி என்றும் ஊருக்கொரு பெயர்கொண்டு அழைக்கப்படும், 'ஓ' உயிரெழுத்தைக் கற்றுத் தர பாடப் புத்தகத்தில் படமாய் நின்ற ஓணான் வாழுமிடம் உயிர்வேலி. பிடித்தபிடி நழுவாத உடும்பு உயிர்வேலியைப் பிறப்பிடமாகக் கொண்டதுதான். நிறம் மாறிக் கொள்ளும் மனிதர்கள் அதிகமானதால் அவர்களிடத்தில் தோற்றுப் போன பச்சோந்தியை வாழ வைப்பதும் இந்த உயிர்வேலி.

வண்ண வண்ணத் தேன் சிட்டு, வட்ட மிடும் மணிப்புறா, செம்மாந்திருக்கும் செம்பூத்து, சின்னச் சின்னக் கருங்குருவி, அழகாய்த் திரிந்து பறக்கும் தையற் சிட்டு, வாலை மட்டுமே ஆட்டியபடி நகரும் ஆள் காட்டிக் குருவி என, சின்னப் பறவைகளுக் கும் வீடமைக்க இடம் கொடுப்பது இந்த உயிர்வேலி. காதற் பறவைகளின் தேனிலவுக் கொண்டாட்டங்களை உயிர்வேலியில் அனு தினமும் காண முடியும்.

செம்போத்து

அங்குமிங்கும் ஆட்டங்காட்டித் தாவித் தாவி ஓடும் அணில். வாலில் பெருங்கூந்தல் அளவு முடி கொண்ட கீரி, இரவாடி விலங்கு களில் சிறிய தான தேவாங்கு எனப் பாலூட்டிகளின் பாதுகாப்பிடம் உயிர்வேலி.

ஓர் உயிர் வேலிக்குள் தண்டும் நீருமாய்த் தாவரங்களும், இறக்கையும் எலும்புமாய்ப் பறவைகளும், ரத்தமும் சதையுமாய் விலங்குகளும் வாழ்ந்திருந்தன. அங்கே ஓர் எளிய தத்துவம் குடி கொண்டிருந்தது.

பூச்சிகள் அதிகம் பெருகத் தடையாய் இருப்பன ஊர்வன இனங்கள். எலிகளைக் கொல்லும் பாம்புகள், பாம்புகள் அதிகரிக்கா வண்ணம் இருக்க கீரிகள், அயல் மகரந்தச் சேர்க்கைக்கு வண்ணத்துப்பூச்சிகள் மற்றும் தேன் பூச்சிகள், மரங்கள் நடப் பறவைகள் எனத் தானும் வாழ்ந்து உழவனையும் வாழவைத்த உயிரினங்கள் நிறைந்த இடம்

முள்ளம் பன்றி

கீரி

உயிர்வேலி. உணவுச் சங்கிலித் தொடர் அற்றுப் போகாமல் இருந்த இடம் உயிர்வேலி.

உழைக்கச் சலித்த மனிதனின் மிக மோசமான கண்டுபிடிப்புகளில் தலையாயது எனக் கம்பிவேலிகளைச் சொல்வேன். கிலுவை, வேம்பு, வேலம், வேலிகாத்தான் என எல்லாம் வெட்டி, உயிர் வேலியின் உயிரைக் கொன்று கம்பிவேலி அமைத்தாகிவிட்டது. இனி ஆடி மாதம் வேலிய டைக்க ஆள் தேட வேண்டியதில்லை.

மேயும் ஆடுமாடுகள் நிழலுக்கு எங்கே போகும்? விளையும் பயிர்களில் பூக்கும் பூக்களுக்கு அயல் மகரந்தச் சேர்க்கை கைகூடுமா? எம் விளைச்சலை அழிக்கும் எலிகளை எப்படிக் கொல்வது? பயிரைத் தாக்கும் பூச்சிகளின் அபரிமிதமான வளர்ச்சியைக் கட்டுப்படுத்துவது எவ்வாறு? இத்தனையும் இதற்கு மேலுமான கேள்விகள், வாழும் சூழல் கெட்ட பிறகே வருகிறது. மேழி பிடித்து உயர்ந்தோம். கம்பிவேலி அமைத்துக் கெட்டோம்.

இத்தனை உயிரினங்களை அழித்த பிறகும் நம்மால் மகிழ்வாய் இருக்க முடிகிறதென்றால் இனி நமது பூமியில் காகம் பறக்காது, கருங்குருவி நாடாது, ஒன்னுக்கடிக்கக்கூட ஓடக்கான் ஓடாது.

பல்லுயிரும் நீரும்
படச்சளிச்ச பூமியிலே
மனுச விலங்கே
நீ மட்டும் ராசாவா
நிரந்தரமா வாழுவியோ! ∎

இரவு எங்களுக்கு உறவு

"தூங்குக தூங்கிற் செயற்பால தூங்கற்க
தூங்காமல் செய்யும் வினை"

என்பது வழி காட்டும் குறள். சிலவற்றைப் பொறுத்திருந்து செய்ய வேண்டும். வேறு சிலவற்றை உடனே செய்ய வேண்டும். எதை எப்போது செய்ய வேண்டும் என்பதில் அடங்கியிருக்கிறது நமது அறிவும் வெற்றியும்.

நகரங்களில் வாழும் சிறுவர்களிடம் கேளுங்கள், "இரவில் விழித்தி ருப்பது யார்?" என்ற கேள்வியை. அவர்கள் வாயிலிருந்து வந்து விழும் விடை கூர்க்கா அல்லது வாட்ச்மேன் என்பதாக இருக்கும். இதைத் தவிர வேறொன்றும் தெரியாது. அவர்களை அதற்கு மேல் நாம் வளர்க்கவில்லை.

இரவில் உறங்கிப் பகலில் உணவு தேடும் உயிரினங்கள் பல்லா யிரத்தில் இருக்கும். அவற்றை அறிந்து கொள்ளுதல் சுலபம். ஏனெனில் நாமும் இரவு தூங்கிப் பகலில் விழிக்கின்றோம். ஆனாலும் இரவில் மட்டுமே வேட்டையாடும் உயிரினங்கள் இம்மண்ணில் உள்ளதால் தான் உலகம் சமநிலை பெறுகிறது. அவற்றை 'இரவாடிகள்' என்ற ழைக்கிறது சூழலியியல். இரவாடிகள் குறித்த நூல்கள் தேடித்தேடித் பார்த்தாலும் கிடைத் தற்கரிதாகவே இருக்கின்றன.

உயிரினங்களில் தொண்ணூறு விழுக்காடு பகலில் இரைதேடி இரவில் ஓய்வெடுக்கின்றன. மீதமுள்ள பத்து விழுக்காடு இரவில் இரை தேடிப் பகலில் ஓய்வெடுக்கின்றன. பகலில் செயல்படும் உயிரினங்களைப் பற்றி அறிந்த அளவிற்கு இரவில் இரை தேடும் உயிரினங்களைப் பற்றி நாம் அறிந்ததில்லை. இரவாடிகளில் பூச்சிகள், பறவைகள், விலங்குகள் என எல்லா வகைகளும் உள்ளன. உண்டுகளிக்க அவை இரவையே உறவாக்குகின்றன.

தேவாங்கு

வௌவால்

கூடக் குறையத் தெரிந்திருக்கும் அந்துப்பூச்சி (Moth), ஆந்தை, வௌவால், தேவாங்கு போன்ற உயிரினங்களை அச்சத்துடனும் அருவருப் புடனும் பார்க்கின்ற பொதுப்புத்தி வாய்த்து விடுகிறது நமக்கெல்லாம். இதில் ஆந்தைகளைப் பற்றி மட்டுமே செய்திகள் பல உள்ளன.

இந்தியாவில் மட்டும் 5000 வகைப் பட்டாம் பூச்சிகள் உள்ளன என்பதைத் தெரிந்து கொள்ளுங்கள். எனது சிறுவயதில் பட்டாம் பூச்சிகளைப் பிடிக்க, தும்பைச் செடியைப் பயன் படுத்தும் அனுபவம் வாய்த்திருந்தது. எனக்கு வாய்த்தது எனது மகனுக்கோ, மகளுக்கோ வாய்க்கவில்லை. இன்று நானிருக்கும் கிராமத்தில்கூட, பட்டாம் பூச்சிகள் அரிதாகிவிட்டன. காதல் வசப்படும்போது மெல்லிய இசையுடன் பட்டாம்பூச்சிகள் பறப்பது போன்று கற்பனை செய்கிறோம். ஆனால், நாமே அவை வாழும் சூழலைக் கெடுக்கிறோம் அல்லது உருவாக்காமல் இருக்கிறோம். பட்டாம் பூச்சிகளிலும் இரவாடிகள் உண்டு. மிக நீண்ட உணர் கொம்புடையவை எல்லாம் இரவில் மலர் தேடும் பட்டாம்பூச்சிகளே.

தென்னிந்தியாவில், அளவில் பெரியதாக உள்ள அட்லஸ், மென்னிறகுப் பட்டாம்பூச்சி, பழுப்புப் பட்டாம்பூச்சி, மஞ்சள் பட்டை பட்டாம்பூச்சி, கீழ் நோக்கி இறக்கை கொண்ட அந்துப் பூச்சி (Moth) போன்றவை இரவாடிகளே. மாலையில் மலரும் மலர்களனைத்தும் மெல்லிய வண்ணத்தில் தோன்றி பூச்சிகளின் தேடலைக்

குறைத்து விடுகின்றன. மாலையில் மலர்ந்து காலையில் தன் இதழ்களை மூடிக் கொள்ளும் மலர்களும் இரவில் மட்டுமே மலர் தேடும் பட்டாம்பூச்சிகளும் சூழலின அதிசயங்கள். அவை இரவையும் இயக்கத்தில் வைப்பவை.

மின்மினி

மின்னி, மேனி மினிக்கித் திரிந்து பறக்கும் மின் மினிப் பூச்சிகள், பூச்சியின் அதிசயம். அவை குழந்தைகளிடம் வியப்பை உண்டாக்கும். மின்மினிப் பூச்சி களைப் பற்றிச் சங்கத்தமிழ்ப் பாடல்களில் குறிப்புள்ளது. "நிலம்படு மின்மினி போலப் பலவுடன் இலங்கு பரல் இமைக்கும்" (அகம் 67) எனவும் "பன்மர உயர்கிளை மின்மினி விளக்கம்" (நற்.44) எனவும் இன்னும் பலவும் உள்ளன. உலையில் காய்ந்த இரும்பை அடிக்கும்போது தெறிக்கும் நெருப்புத் துகள்கள் பறக்கின்ற காட்சி மின்மினிகள் பறப்பது போலுள்ளது என்கிறது சங்ககாலப் பாடலொன்று. (அகநானூறு 72)

மின்புழுக்கள், மின் வண்டுகள் எனக் காணப்படும் இரண்டு வகையுமே மின்மினிப் பூச்சிகள்தாம். இவற்றின் அடி வயிற்றில் லூசிஃபெரின் என்னும் கரிமப் பொருள் உள்ளது. சுவாசக் குழாய் வழியாகச் செல்லும் ஆக்சிஜன் அடிவயிற்றினுள் செல்லும்போது, அங்கிருக்கும் லூசிஃபெரி னுடன் சேர்ந்து வேதியியல் மாற்றத்திற்கு உட்படுகிறது. அந்த வேளையில் பழுப்பு, மஞ்சள், பச்சை, சிவப்பு என்ற பல்வேறு நிறங்கள் உமிழப்படுகின்றன. இவ்வாறு வெளி யிடப்படும் நிறங்கள் மின்மினிப் பூச்சியின் உடலில் இயற்கையாகவே உள்ள யூரிக் அமிலப் படிகங்களில் பட்டு பிரதிபலிக்கின்றன. இரையைக் கவர்வதற்கு மின்மினிகளின் ஒளி உதவுகிறது. இயற்கையில் கெமிஸ்ட்ரி ஒர்க் அவுட் ஆகி உணவு கிடைக்க வழி ஏற்படுத்திக் கொள்ளும் உயிரினங்களில் ஆகச் சிறியது மின்மினி.

இருட்டில் மட்டுமே வெளிவரும் கரப்பான் பூச்சிகளில் 4500 வகையுண்டு. நம் வீடுகளில் உலா வரும் கரப்பான் பூச்சிகளில்கூட 30 வகைகள் உள்ளன. கரப்பான்கள் நவீன காலத்தில் பல்கிப் பெருகி வருகின்றன. கரப்பான்களைக் கொன்றழிக்கும் உயிரினங்கள்

மனிதனால் அழிக்கப்பட்டு விட்டதுதான் கரப்பான்கள் பெருகக் காரணம். இயற்கையைக் கொன்றுவிட்டு, பூச்சிக் கொல்லிகளையும் மருந்துப் பொடிகளையும், திரவங்களையும் வைத்துக் கரப்பான் களைக் கொல்வதாக நினைத்துக்கொண்டு நோயைத் தேடிக் கொள்கிறோம்.

நத்தை என்றால் ஓடு இருக்கும். ஆனால் ஓடிக் கொண்டிருக்காது. ஓடற்ற நத்தைகளைப் பற்றிக் கேள்விப்பட்ட துண்டா? ஓடற்ற நத்தையும் இரவாடிதான். தேள்கள், பூரான்கள், நட்டுவாக்கிளிகள், மண்புழுக்கள் என அநேக உயிரினங்கள் இரவை இரைதேடப் பயன்படுத்துகின்றன. உலகச் சமநிலைக்கு உதவுகின்றன.

ஓடற்ற நத்தை

எங்கள் ஊர் வழியே ஓடும் அமராவதி ஆற்றின் குறுக்கே சிற்றணை ஒன்றிருக்கிறது. அதிலிருந்து பிரியும் கால்வாய்க்கும் ஆற்றுக்கும் இடையே இருக்கும் காட்டின் பெயர் "நானாக் காடு" நாணல் புல் நிறைந்திருந்த காரணத்தால் நாணல்காடு என்று வழங்கு பெயர் வந்திருக்கிறது, அது மருவி "நானாக்காடு" என்றானது. தூக்கம் தொலைத்த அல்லது தூக்கம் கலைந்த இரவுகளில் எழுந்து வெளியே சென்றால் அக்காட்டிலிருந்து விதவிதமாய் ஒலி வந்து கொண்டேயிருக்கும். தேர்ந்த இசையாய் இல்லையென்றாலும் மனதுக்கு மகிழ்வு தரும் ஓசையது. இன்றும் இரவில் உறக்கம் கலைகிறது. ஆனால் ஓசையெழுப்பும் உயிரி னங்கள் வந்தமர மரங்களுமில்லை, ஆற்றில் ஓட நீருமில்லை, நீர் வந்தால் தேங்கி நிற்க மணலுமில்லை. வெளிச்சமற்ற பெருவெளியை உணர்வுள்ளதாக்கி உயிர்ப்புடன் வைத்திருக்கும் இரவாடிகளை வாழவிடுங்கள். அவையே சூழலின் சமனாக்கிகள் என்பதைப் புரிந்து கொள்ளுங்கள். ∎

அறிவிற் சிறந்த பறவை

முள்ளிருக்கும் சப்பாத்திக் கள்ளிச் செடியின் பழத்தில் சுவை அதிகம் என்பது அதைச் சாப்பிட்டவர்களுக்குத்தான் தெரியும். காட்டு வழியில் நடப்பவர்களின் தாகம் தணிக்கும் குணம் அதற்குண்டு. பொத்தாம் பொதுவாய் முள்ளிருக்கும் கள்ளி என்ற ஒற்றை சொல்லில் ஒதுக்கிக் கடந்துவிடுகிறோம். பறவையொன்றையும் இதுபோல் எள்ளி நகையாடிக் கொண்டிருக்கிறோம். ஆனால், நம் முன்னோர்கள் அவ்வாறல்லர்.

தமிழ் எந்த விலங்குக்கும், எந்தப் பறவைக்கும் கொடுத்திராத கௌரவத்தை ஒரு பறவைக்குக் கொடுத்துள்ளது. பத்துப்பாட்டு, எட்டுத்தொகை நூல்களில் இப்பறவை பற்றிய செய்திகள் பல்கிக் கிடப்பதை, படித்தவர்கள் அறிந்து கொள்ள இயலும். அப்பறவை இரவுகளின் ராஜ பறவை. இயல்பாகவே சாந்த சொரூபி. அந்தப் பறவையின் பெயர் ஆந்தை.

பறவைகளிலேயே பார்வைத் திறன் மிக்கது ஆந்தை. மனிதப் பார்வையைவிட நுட்பம் வாய்ந்தது. இதை ஏன் அறிவிற் குறைந்தோர் குருட்டு ஆந்தை என அழைக்கிறார்கள்? விளங்கவொண்ணாக் கருத்து இது. ஆந்தைக்குப் பகலிலும் கண் தெரியுமென்பதை நம்ப மறுப்பவர்களை நானறிவேன். விளங்கிக் கொள்ள மறுப்பவர்கள் அவர்கள். அறிவைக் குருடாக்கிக் கொண்டு, நான் பிடித்ததே சரியென்போர் இருக்கத்தான் செய்கிறார்கள்.

கொம்பன் ஆந்தை

அண்டார்டிகா நீங்கலாக அனைத்துக் கண்டங்களிலும் 135 வகையான ஆந்தைகள் பறக்கின்றன. இந்தியாவில் பறக்கும் ஆந்தை களின் வகைகள் 33. தமிழக ஊர்களிலும் காடுகளிலும் பறப்பன பத்து வகைகள். இந்தப்பத்தில் எல்லா வகையுமே சங்கத் தமிழ்ப் பாடல்களில் இடம் பெற்றுள்ளன. கூகை, குரால், குடிகை, ஊமன், ஆண்டலை, பகண்டை, சிறு கூகை, சாக்குருவி, பெரும்புள், இருடி என்று ஆந்தைகளைப் பிரித்துப் பெயரிட்டு, கௌரவம் கொடுத் துள்ளது தமிழ். இதில் பெரும்புள் என்பது கொம்பன் ஆந்தை. இது தமிழக வானத்தில் பறக்கும் ஆந்தைகளில் ஆகப் பெரியது.

கல்வெட்டு ஆராய்ச்சியாளரும் ஆய்வறிஞருமான ஐராவதம் மகாதேவன் ஆதன் + அந்தை என்பதிலிருந்து ஆந்தை என்ற சொல் வந்தது என்பதை ஆய்ந்தறிந்து சொல்கிறார். ஆதன் என்ற சொல் அறிவுடையவன் என்ற பொருளில் வருகிறது. ஆந்தையைப் பேரறிவுள்ள பறவையாக அக்காலத் தமிழர்கள் பார்த்துள்ளார்கள். ஆந்தையும் தூது சென்றிருக்கிறது. புறாக்களைப் போலவே ஆந்தைகளும் கடிதப் போக்குவரத்துக்குத் துணை செய்துள்ளன. சங்கப் பாடல்கள் பாடிய புலவர்கள் சிலரும் தன் பெயரின் முன்னொட்டாகவோ பின்னொட் டாகவோ ஆந்தையை இணைத்துக் கொண்டுள்ளனர்.

ஆந்தையைப் பற்றித் தங்களுக்கு இருந்த உயர்வான கருத்தால், ஆந்தையைத் தங்கள் பெயருடன் இணைத்துக்கொண்ட அறிவிற் சிறந்த புலவர்களில் சிலர் சிறைகுடி ஆந்தையார், கொட்டியூர் நல்லாந்தையார், பிசிராந்தையார், மன்னெயில் ஆந்தை, கூகைக் கோழியார், ஓதல் ஆந்தையார். என் அறிவிற்கு உட்பட்ட அளவில் இவர்கள் பெயர்களை அறிய முடிந்தது.

கூகை ஆந்தை

ஆந்தையின் கண்களைத் தெண் கண் என்றும், கழல்கண் என்றும் தமிழ் கூறியுள் ளது. ஆந்தைகளால் உடலைத் திருப்பாமல் 360° கோணத்திற்குத் தலையை மட்டும் திருப்ப முடியும். இரை எங்கிருந்தாலும் துல்லியமாய்க் காண இயலும். ஆந்தை களின் தலை உடலுடன் ஒரே மூட்டால் இணைக்கப்பட்டுள்ளது. மேலும், இயல்பாகவே பறவைகளின் ஒவ்வொரு

முள்ளெலும்பும் நகரும் இயல்புடையவை.

அதன் காரணமாகவே ஆந்தைகள் வட்டப் பரிதியின் வளைவுகளின் தூரத்திற்குத் தலையைத் திருப்பமுடியும். மனிதனோடு ஒப்பீட்டளவில் பார்த்தோமானால், ஆந்தைகளின் கண்கள் 5 மடங்கு பெரியவை. இந்தச் சிறப்பு ஆந்தைகளுக்கு மட்டுமல்ல; இரவாடி உயிரினங்கள் அனைத்திற்கும் இருக்கும்.

12 செ.மீ, அளவேயுள்ள மெக்சிகோ ஆந்தையிலிருந்து 90 செ.மீ அளவுள்ள ஐரோப்பா ஆந்தை வரை பல உயரங்களிலும், பல வண்ணங்களிலும் இரவு வெளியில் ஏகாந்தமாய்ப் பறந்து திரிந்து வேட்டையாடுகின்றன ஆந்தைகள். ஆந்தைகள் வலசை செல்வதில்லை. பூத்துக் காய்க்கும் மரங்கள் மட்டுமல்ல, இலையற்று பட்டுப்போன மரங்களின் பொந்துகள் கூட ஆந்தைக்கு வாழ்விடமே.

ஆந்தையின் மிக முக்கிய உணவு எலிகள். இது ஒன்று போதும், இவை மனிதர்க்கு உற்ற தோழன் என்று சொல்வதற்கு. ஓர் இரவில் 8 முதல் 10 எலிகள் வரை உணவாக்கி உழவனின் அரணாகிறது ஆந்தை.

பறவைகளில் அதிகம் கடத்தப்படுபவை ஆந்தைகள் என்பது உங்களுக்கு அதிர்ச்சிச் செய்தியாகவோ, அதிசயச் செய்தியாகவோ இருக்கலாம். வட இந்தியக் கள்ள வணிகச் சந்தையில் ரூபாய் பத்தாயிரம் முதல் இரண்டு இலட்சம் வரை ஆந்தைகள் விலை போகின்றன. எல்லாம் மூட நம்பிக்கை படுத்தும் பாடு.

ஆந்தைகளின் கண்ணைத் தின்றால் பார்வை பலப்படும். அமாவாசை தினத்தில் ஆந்தையைப் பலியிட்டால் வாழ்வில் வளம் சேரும். தொழில் நட்டமா? ஆந்தையை வைத்துப் பூஜை செய்து

ஆந்தை வாழுமிடம்

பலியிட்டால் இலாபம் வரும் என்பதான மூட நம்பிக்கைகள் வட இந்தியாவில் உலவுகின்றன. ஆந்தையை அழிப்பது சூழல் சீர்கேடு என்பதை உணராமல் மூடத்தனமான காரணங்களுக்காக ஆந்தைகள் வேட்டையாடப்படுவது வேதனை அளிக்கிறது.

காட்டுயிரிகளின் கள்ள வணிகத்தைக் கண்காணிக்கும் TRAFFIC சர்வதேச அமைப்பு இந்தியாவில் நடத்திய ஆய்வு, இன்றளவும் ஆந்தைகள் கடத்தப்படுகின்றன என்றும், இது இராஜஸ்தான், மத்தியப் பிரதேசம், மேற்கு வங்காளம் போன்ற மாநிலங்களில் அதிகம் என்றும் குறிப்பிடுகிறது.

கிரேக்கக் கடவுள் அதீனாவுக்கு ஆந்தைதான் வாகனம். பண்டைய நாகரிகங்களில் ஆந்தை அறிவின் குறியீடாகப் பார்க்கப் பட்டது. ஆந்தைத் தலை பொறிக்கப்பட்ட பண்டைய நாணயங்கள் கண்டெடுக்கப்பட்டுள்ளன.

தமிழர்கள் நல்லது என்பதை வடவர்கள் நல்லது என்று ஏற்பதில்லை என்பதற்கு மற்றுமொரு உதாரணம் ஆந்தைகள். ரிக் வேதத்தில் ஆந்தை கெட்ட சகுனமாகச் சொல்லப்பட்டுள்ளது. மூட நம்பிக்கை மிகுந்தவர்கள் சொன்ன சொல் அது. அறிவினாற் சிறந்த தமிழன் எப்போதும் சூழல் சார்ந்தே சிந்தித்தான். அதனால்தான் ஆந்தையைப் பற்றிய பாடல்கள் அநேகம் தந்தான். வட இந்தியாவில் ஆந்தைகள் பற்றிச் சொன்னதெல்லாம் எங்கள் அறிவாசான் பெரியார் சொன்னது போல் வெங்காயம் அன்றி வேறொன்றுமில்லை.

காசுக்காக எதையும் செய்யத் துணிந்த கயவர் கூட்டம் ஒன்றுகூடி, சூழல் சீர் செய்யும் ஓர் அறிவிற் சிறந்த பறவையை ஆகக் கொடியதாக்கி விட்டனர். அவர்கள் சொன்னதெல்லாம் பொய்யென்று சொல்ல ஆந்தைகளைப் பற்றிய அவர்களின் பார்வையே போதும்.

சங்கம் போற்றிய ஆந்தைகள் இரவாடிகளில் முதன்மையானது. ஆந்தைகள் மனிதர்களைத் தொந்தரவு செய்வதில்லை. தொந்தரவு செய்யும் மனிதர்களின் கெட்டழிக்கும் புத்தி, ஆந்தைகளை அழிவின் விளிம்பு நிலைக்குக் கொண்டு சென்றுள்ளது. எல்லாம் முடிந்தபின் ஒப்பாரி வைப்பது சரியா? இருக்கும்போதே கொண்டாடுவது சரியா? ■

எல்லைகள் எமக்கில்லை

எது நெடிய பயணம்? அலெக்சாண்டரின் படையெடுப்பா? பாரசீக கிரேக்கப் போரா? ஏதென்ஸ் காக்க ஓடிய ஸ்பார்ட்டா வீரனின் ஓட்டமா? சந்திரகுப்தன் நடத்திய அசுவமேத யாகத்தில் சென்ற குதிரையின் பயணமா? இராசேந்திரனின் பெரும்படை நடத்திக் காட்டிய வெற்றி நடையா? இவையெல்லாம் வரலாற்றின் ஏதாவது ஒரு கால கட்டத்தில் துவங்கி முடிந்தவை. மீண்டும் நடக்க இயலாதவை. இவற்றை நெடிய பயணம் என்றழைப்பது தவறானது.

வலசை போதல்

தனது இனம் தோன்றிய காலத்திலிருந்து இந்த நிமிடம் வரை ஓயாத பயணத்தில் இருப்பவை பறவைகளே. அவற்றின் பயணமே பெரும் பயணம். அதிலும் வலசை போகும் பறவைகளின் பின்னால் பறந்தால் வானம் மட்டுமல்ல அண்டமே வசப்படும். “யாதும் ஊரே யாவரும் கேளிர்” என்ற கணியன் பூங்குன்றனின் வரிகளை இன்றளவும் கருத்திலேற்றி நடப்பவை, அல்ல அல்ல, பறப்பவை வலசைப் பறவைகளே.

ஊழிக் காலத்தில் நிகழ்ந்த பரிணாமத்தின் பெருமாற்றத்து நிகழ்வொன்றில் ஊர்வனவற்றிலிருந்து பறவைகள் பரிணமித்திருக்கலாம்

என்பது ஆய்வாளர்களின் கருத்து. பல்லூழிக் காலத்திலிருந்தே தன்னுள் ஏற்படும் உணர்வுகளைக் கொண்டு, பருவமாற்றங்களை உணர்ந்து விடுகின்றன பறவைகள். பறவைகளின் இவ்வகை இயல்பூக்கம் உயிரினங்களிலேயே ஆகச் சிறந்த ஒன்று. அவற்றால் சுனாமி வருவதைக்கூட முன்கூட்டியே கண்டுணர முடியும். இயற்கை யாகவே ஏற்படும் பருவநிலை மாற்றங்களின் காரணமாக இடம் பெயர்ந்து, தனக்குகந்த வேறு இடங்களுக்குச் சென்று, மீளத் தங்களின் சொந்த இடங்களுக்குத் திரும்பிச் செல்லும் பறவைகள் வலசைப் பறவைகள் எனவும் இந்த இடம் பெயர்தலை வலசை போதல் எனவும் தமிழ் சொல்லியிருக்கிறது.

ஆலா பறவை

வலசை செல்லும் புள்ளினங் களுக்கு எல்லைகள் எதுவுமில்லை. இதுதான் வாழிடம் என்று பாகுபாடு கொண்டதில்லை. பூமிக் கோளத்தின் ஒரு காலநிலை மண்டலத்துக்குள் ளேயே ஆரம்பித்து அந்தக் கால நிலை மண்டலத்துக்குள்ளேயே பயணத்தை முடித்துவிடும் வலசைத் தடமும் உண்டு. அதே நேரத்தில் வேறு வேறு காலநிலை மண்டலங் களைக் கொண்ட ஒரு கண்டத்தி லிருந்து மற்றொரு கண்டத்திற்குச் செல்லும் காலப் பெருவழியும் உண்டு.

பெரும்பாலான பறவைகள் கூட்டமாகச் சேர்ந்துதான் வலசை போகும். தனியாகப் பறக்கும் பறவைகளும் சில இருக்கின்றன. சிறிய பறவைகள் இரவு நேரத்தில் பயணிக்கும், பெரிய பறவைகள் பகல் நேரத்தில் பயணிக்கும். இவை இரவில் ஓய்வெடுக்கின்றன. பல பறவைகள் ஓய்வின்றிப் பல்லாயிரம் மைல்களைக் கடந்து செல் கின்றன. காற்றுக்கு மட்டுமல்ல, பறவைகளுக்கும் வேலியில்லை.

மனிதர்களைவிடச் சிறந்த தலைமைப் பண்புகள் பறவைகளிடம் உண்டு. வலசை செல்லத் துவங்கும் ஒவ்வோர் கூட்டத்துக்கும் ஒரு தலைமைப் பறவை இருக்கும். அது முன்னே பறக்க மற்றவை பின்னே பறந்து செல்கின்றன. தலைமைப் பறவைக்குச் சோர்வு ஏற்படின் வேறோர் பறவை தலைமையிடத்துக்கு முன்னே வரும். அக்கணம் முதல் கூட்டத்துக்கு அதுவே தலைவர். இது மனிதப் பிறப்பில்

எந்நாளும் காணக் கிடைக்காது. எந்த உயிரினத்திலிருந்தும் நல்லவற்றைக் கற்க மனிதன் விருப்பமுற்றதே கிடையாது.

பறவைகளிலும் 32 தசமானப் பறவைகள் தலைமை இடத்துக்கு வர விரும்புவதில்லையாம். இருக்கின்ற உயிரினங்களிலேயே பறவை களுக்குத்தான் அளவில் சிறியமூளை இருக்கிறதாம். அந்தச் சின்னஞ் சிறு மூளையின் துணை கொண்டு, சரியான வழித்தடங்களைக் கண்டுணர்ந்து பயணப்படுதல் ஆச்சர்யமூட்டும் வகையில் அமை கிறது. வலசை போவதற்கு அவை சூரியனை, விண்மீனை, காற்றை, புவியின் காந்தப்புலத்தை, புவி ஈர்ப்பு விசையைத் துணைக்கு வைத்துக் கொள்கின்றன. இயற்கையின் துணையோடு காலக் கணக்கையும் பயணக் கணக்கையும் கணக்கிட்டுக் கொள்கின்றன. மேலதிகத் தகவல் ஒன்று, ஒரு முறை கடந்து சென்ற மலைகள், ஆறுகள், கடல் களின் பெரும் பரப்பு ஆகியவற்றைப் பறவைகள் மறப்பதில்லை.

பூநாரை (ஃப்ளெமிங்கோ)
வலசை போதல்

முன்னால் பறக்கும் பறவையின் இறக்கைகளின் அசைவுகளினால் ஏற்படும் காற்றலை அதிர்வுகள், பின்னால் வரும் பறவைகள் பறப்ப தற்குத் தேவையான எரிபொருள் அளவில் சிக்கனம் அளிக்கிறதாம். ஒரே பறவை தலைமை தாங்கிச் சென்றால் அது தளர்ந்து விடும். அப்படி நடக்காமல் இருப்பதற்குத்தான் இடமாற்றம். வலசைபோகும்

பறவைகள் பறக்கும் அழகைக் காணக் கண்கோடி வேண்டும். பெரும்பாலனவை கூட்டமாக ஆங்கில எழுத்து V வடிவிலேயே பறக்கின்றன. காற்றைக் கிழித்துப் பறக்க ஏற்றமுறை இதுதான். இவை கூட்டம் கூட்டமாய்ப் பறப்பது நடனமாடுவது போலிருக்கும்.

அரிவாள் மூக்கன்

பறக்கும் பறவைகளுக்கு ஓய்வு வேண்டாமா? உறக்கம் ஒவ்வொரு உயிரினத்திற்கும் அவசியமன்றோ? நீண்ட தூரம் வலசை போகும் பறவைகள் அந்தரத்திலேயே உறங்கப் பழகியுள்ளன. இதற்கு ஆங்கிலத்தில் Aerial Roosting என்று பெயர்.

"புதுப்புள் வரினும் பழம்புள் போகினும்" (புறநானூறு: 20-17)

"வம்ப நாரை இனன் ஒலித் தன்ன" (அகநானூறு: 100-14)

"வம்பப் புள்ளின் கம்பலைப் பெருந்தோடு" (அகநானூறு: 180-9)

வம்பப்புள், புலம்பெயர் புள் என்று சங்கப்பாடல்களில் வலசை போகும் பறவைகளைப் பற்றிச் சொல்லியிருக்கிறார்கள். நிற்கும் போது ஓர் ஆள் அளவு உயரம் வளரக் கூடிய பறவையிலிருந்து, மிகச் சிறிதான உள்ளான் வரையிலும் சங்கப் பாடல்களில் குறிப்பிடப்பட்டுள்ளன.

கூழைக்கடா

மஞ்சள் மூக்கு நாரை, அரிவாள் மூக்கன், சின்னக்கொக்கு, கூழைக் கடா, நத்தைக்குத்தி நாரை, வக்கா அல்லது இராக்கொக்கு, நீர்க்காகம் போன்ற உள்ளூர்ப் பறவைகள் உள் நாட்டுக்குள்ளேயே வலசை போகின்றன. பட்டைத்தலை வாத்து, ஆலாக்கள், உப்புக் கொத்திகள், உள்ளான்கள், நாரைகள்

போன்றவை வெகுதூரத்தில் இருந்து வருகின்றன. இவைதாம் வெளிநாட்டுப் பறவைகள். நம் ஊரில் காணப்படும் மைனாக்கள் போலவே இலங்கையிலிருந்து வலசை வரும் பறவை ஒன்றுண்டு. ஈழத்தில் அதன் பெயர் சூறாமாறி.

ஒரு காலத்தில் பல இலட்சக் கணக்கான பறவைகள் தமிழகம் நோக்கி வலசை வந்தன. இன்று அவை சில பத்தாயிரங்களில் நின்று விட்டன. சூழல் சீர்கேடும் நன்னீர் இன்மையுமே பறவைகளின் வலசை வருகைக் குறைவுக்குக் காரணம். சரி, பறவைகள் வலசை வரா விட்டால் நமக்கென்ன பாதிப்பு? என்ற கேள்வி எழலாம். வலசை வரும் பறவைகளால் மாபெரும் காடுகளை உற்பத்தி செய்ய இயலும். நாம் அன்றாடம் காணும் காகம், தன் வாழ்நாளில் முப்பதாயிரம் மரங்களை நட்டுவிடுகிறது.

மனிதர்கள் நாம்தான், வெட்டிய அளவுக்குக்கூட மரங்களை நட மறுக்கிறோம். இன்னும் சில மரங் களின் விதைகள் நேரடியாக நட்டால் வேர் விட்டு வளர மாதங்கள்கூட ஆகிறது. ஆனால், பறவைகளின் எச்சத்தால் மண்ணைத் தொடும் விதைகள், நீர் கிடைத்த உடன் முளைக்கத் தொடங்கி விடுகின்றன. விலங்குகளின் கழிவிலிருந்தோ, பறவைகளின் எச்சத்திலிருந்தோ வெளிப்பட்டு மண்ணில் விழுந்தால் மட்டுமே கடுக்காய் முளைக்கும்.

மஞ்சள் மூக்கு நாரை

"நாராய் நாராய் செங்கால் நாராய்
பழம்படு பனையின் கிழங்கு பிளந்தன்ன
பவளக் கூர்வாய் செங்கால் நாராய்

பட்டைத்தலை வாத்து

"நீயும்நின் பெடையும் தென்திசை குமரி ஆடி
வடதிசைக்கு ஏகுவீர் ஆயின் ..."

மாறன் வழுதி என்னும் அரசனிடம் பரிசு பெறச் சென்ற சத்திமுத்தப் புலவர், தன் மனைவிக்குத் தூது போகச் சொல்லி அவ்வழி பறந்த நாரையிடம் கேட்டுக்கொண்டுள்ளார், என்று சொல்லும் பாடலொன்றின் மூலம் தமிழர்கள் வலசைப் பறவைகளைப் பற்றி அறிந்தும் உள்ளனர், காத்தும் உள்ளனர், அவைகளைப் பற்றிப் பாடி உயர்த்தியும் உள்ளனர் என்றறியலாம். புறாவின் மூலமும் ஆந்தையின் மூலமும் செய்தி அனுப்பும் முறை பறவைகளின் நுண்ணறிவை அறிந்த பிறகே ஏற்கப்பட்டது.

சமீபத்தில் ஒரு நண்பனின் அழைப்பை ஏற்று, இராமநாத புரம் மாவட்டத்தில் உள்ள ஒரு கிராமத்திற்குச் சென்றேன். அவரது ஊருக்கு, கிராமத்துச் சாலையின் வலப் பக்கம் திரும்ப வேண்டும். சுற்றிலும் சீமைக் கருவேல முட்களால் சூழப்பட்ட பாதைகளைக் கொண்ட வழித்தடம் ஆதலால், வழியைத் தவற விட்டு விட்டோம். வலப்புறத்திற்குப் பதிலாக இடப்புறம் திரும்பி விட்டோம். நாங்கள் தவறிச் சென்ற ஊர் சித்திரங்குடி. ஊரைச் சுற்றிக் கண்மாய்களும், கண்மாய் நிறைய சீமைக் கருவேல மரங்களும் இருந்தன. வந்த பாதை தவறிவிட்டதை அறிந்து வண்டியைத் திருப்பினோம். அங்கே துருப்பிடித்த அறிவிப்புப் பலகை ஒன்று கண்ணில் பட்டது. அதில், சித்திரங்குடி பறவைகள் சரணாலயம் என்றும், வெளி நாட்டுப்

பறவைகள் வலசை வந்து போகுமிடம் என்ற தகவலும் இருந்தது. ஊரிலுள்ளோரை விசாரித்ததில், அது ஒரு கனாக்காலம் என்கின்றனர். இன்று காக்கைகள் கூட வருவதில்லையாம். நீர்வழித்தடங்கள் முழுவதும் தூர்ந்தோ ஆக்கிரமிக்கப்பட்டோ கண்மாய்களுக்கு ஒரு சொட்டுத் தண்ணீர் கூட வருவ தில்லையாம். பறவைகள் எங்கிருந்து வரும்?

இயற்கை கொண்டாடிய, இலக்கியம் பாடிய, முன்னோர்கள் காத்த வலசைப் பறவைகளைத் தொலைத்துக் கொண்டிருக்கிறோம். மனிதர்கள் இல்லாமல் பறவைகள் உயிர் வாழ முடியும். ஆனால், பறவைகள் இல்லாமல் மனிதர்கள் உயிர் வாழவே முடியாது என்பார் பறவையியல் ஆராய்ச்சியாளர் சலீம் அலி. அது உண்மையே. மரங்களை நடும் பறவைகளின்றி மனிதன் வாழ்வு கேள்விக்குறியே. ஆண்டுதோறும் மே மாதத்தின் இரண்டாவது வார இறுதியின் மூன்று நாள்கள் உலக வலசைப் பறவைகள் தினங்களாகக் கடைப் பிடிக்கப்படுகின்றன. வேறெங்கேயும்விட இலங்கையின் வட மாகாணத்திலும் யாழ்ப்பாணத்திலும் வலசை தினம் செழுமையாகக் கொண்டாடப்படுகிறது. பறவைகளுக்கு அடுத்து அதிகமாய் வலசை போனவர்கள் ஈழத்துத் தமிழர்கள்தானே!?

எங்கள் கிராமத்து வீட்டின் முன், அளவில் பெரிய அரசமரம் உள்ளது. அதன் கீழே, அளவில் சிறிய பிள்ளையார் இருக்கிறார். நான் சிறுவனாய் இருந்தபோது அரசங்காய் பழுக்கும் காலத்தில் ஆயிரக்கணக்கான பறவைகள் வந்து போகும். காலை நேரத்து வேடிக்கையே எனக்கு அதுதான். இன்றும் மரத்தடியில் உள்ள பிள்ளையார் தயவால் மரம் இருக்கிறது. மரமும் காய்த்துப் பழுக்கிறது. அதை உண்ணப் பறவைகள்தாம் வருவதில்லை. ∎

முக்கால அதிசயங்கள்

தொன்று நிகழ்ந்தது அனைத்தும் உணர்ந்திடும் சூழ்நிலை ஆய்வாளர்களும் சொல்ல முடியாத அளவுக்குப் பன்னெடுங்கால உயிரிகள் இம்மண்ணில் இன்னும் இருக்கின்றன. வாழையின் எல்லாப் பாகங்களும் பயனுறு பாகங்களே. தாவரங்களில் மட்டுமல்ல, விலங்குகளிலும் அத்தகு அதிசயங்கள் தரும் உயிரினங்கள் இருக்கின்றன. நீலக்கடல், நெடுவானம் இரண்டும் பார்க்கப் பார்க்கத் திகட்டாதவை. மீண்டும் மீண்டும் பார்க்கத் தூண்டுபவை. இதைப் போலவே இன்னொரு உயிருள்ள அதிசயம் காடுகளிலும் சில சமயம் கடை வீதிகளிலும் உலாவிக்கொண்டிருக்கிறது. பருத்துப் பெருத்து அசையும் உயிரின அதிசயத்தை நாம் யானை என்று அழைக்கிறோம். இன்று நம் குழந்தைகளுக்கு அதை Elephant என்று சொன்னால்தான் தெரியும். யானைகளே இல்லாத நாட்டின் மொழியில் யானைகளை அறிமுகப்படுத்திப் படிக்க வைப்பதை வேதனையென்பதா? வேடிக்கை யென்பதா?

செய்தி ஊடகங்கள், அவை காட்சி ஊடகமாயினும் சரி, காகித ஊடக மானாலும் சரி, யானைகளைப் பற்றி ஒரு சில நேரங்களில்

வெளியிடும் செய்திகள் பேரதிர்ச்சி தருபவை. விளை நிலங்களில் யானைகள் புகுந்து அட்டகாசம், ஊருக்குள் புகுந்த யானைகள், காட்டு யானைகளின் வெறிச்செயல் என்ற தலைப்பிட்டு யானைகளைக் கொள்ளைக்காரனைப் போல் சித்தரித்து விடுகின்றன. நிழலை நிஜமென்று நம்பி, தலைமுறைகளைக் கடந்து வாழ்ந்து கொண்டிருக்கின்ற சமூகத்தில், மேற்காண் செய்திகள் உண்மை யென்றே நம்பப்படுகின்றன.

பழந்தமிழ் இலக்கியங்களில் யானைகள் 170 பெயர்களைக் கொண்டு அழைக்கப்பட்டுள்ளன. இப்படி 170 பெயரிட்டு அழைத்த மொழிவழிக் குடும்பத்தில் பிறந்த நாம்தான், யானைகளைத் திருடன் போல் பார்க்கிறோம். 5 கோடி ஆண்டுகளுக்கு முன் தோன்றிய யானைகள் 3 இலட்சம் ஆண்டுகளுக்கு முன் தோன்றிய மனிதர்களின் அட்டகாசத்தைத் தாங்காமல் திணறிச் செத்துக் கொண்டிருக்கின்றன.

பறவைகள் மட்டுமல்ல, யானைகளும் ஆண்டுதோறும் வலசை போகின்றன. எந்த ஆண்டும் யானைகள் வலசை போகும் பாதைகளை மாற்றிக் கொள்வதே இல்லை. இந்தியாவில் மட்டும் 101 யானை வலசைப் பாதைகள் உள்ளன. இவற்றில் முக்கால் பங்கு தென்னிந்தியத் தீபகற்பமான திராவிட நாட்டில் உள்ளன. யானைகளின் வலசைப்

பாதைகளின் தற்போதைய நிலையை அறிந்தால், அவற்றின் மீது மனிதனும் அரசும் தீவிரவாதத் தாக்குதல் தொடுத்துள்ளனர் என்றே சொல்வோம்.

ஆந்திர வனப்பகுதியிலிருந்து வலசை வரும் யானைக்கூட்டங்கள் வேலூர், தருமபுரி, கிருஷ்ணகிரி மாவட்ட வனப் பகுதிகளைக் கடந்து கர்நாடகக் காடுகளுக்குச் செல்லும் அப்பாதைகள் முழுவதும் அழிக்கப் பட்டு, தங்க நாற்கரச் சாலைகள் ஆகிவிட்டன. வலசை வரும் யானைகள், பாதைகள் மறைக்கப்பட்டது தெரியாமல் தடுமாறித் தடம் மாறுகின்றன. தவறுகளை நாம் செய்துவிட்டு, பழியைப் பிறர் மீது போடும் மனிதப் புத்தியை விலங்குகளிடமும் காட்டிவிட்டோம்.

இதைப் போன்றே மற்ற வலசைப் பாதைகளை, பன்னாட்டு நிறுவனங்கள், மதபேதமின்றி சாமியார்களின் ஆசிரமங்கள், தங்கும் விடுதிகள் என ஆக்கிரமிப்புச் செய்துவிட்டுக் கொஞ்சமும் உறுத்தலின்றி யானைகள் அக்கிரமம் என்று மனிதனால் மட்டுமே சொல்லவும் எழுதவும் முடியும்.

இன்று மலை வாழிடங்களில் மகிழ்வுடன் பயணிக்கிறோம். இடையூறின்றிப் பயணிக்க இருவழிச்சாலைகள் போடப்பட்டுள்ளன.

ஆரம்பக் காலத்தில் பாதை அமைக்கும்போது எப்படி அமைக்கப் பட்டது என்பதை அறிந்து கொண்டால் யானைகளைப் பற்றிய நமது பிரமிப்பு இன்னும் அதிகரிக்கும். மலையொன்றில் பாதை அமைக்க வேண்டுமெனில், யானைகள் நடந்த வலசைப் பாதைகளையே தேர்ந் தெடுப்பர். யானைகள் தாம் எளிய வழியில் மலையைக் கடக்கும் வழியை அமைக்கும். மற்ற விலங்குகளுக்கு அந்த அறிவு இருப்ப தில்லை. யானைகள் செல்லும் வழியில் சென்றால் அதிக சக்தி இழப்பின்றி மலையேறலாம். அதனால்தான் தென்னிந்திய மலை யேற்றப் பாதைகள், வட இந்திய மலையேற்றப் பாதைகளை விடப் பயணிக்க எளிதாய் இருக்கின்றன. வட இந்திய மலையேற்றப் பாதைகள் குதிரை ஏறிய தடத்தில் அமைக்கப்பட்ட பாதைகள்.

நன்கு வளர்ந்த யானை ஒன்று, சற்றேறக் குறைய 4 டன் எடை கொண்டதாக இருக்கும். ஒரு யானை ஆண்டொன்றுக்கு சராசரியாக 750 கி.மீ காட்டைச் சுற்றி வரும். நாளொன்றுக்கு 200-250 கி.கி. இலை தழைகளை உணவாக உண்ணும். இவற்றுக்குச் சீரண சக்தி குறைவு என்பதால் யானைகளின் கழிவுகளில் இருந்து ஏராளமான மரங்கள் முளைத்து விடுகின்றன.

சமீபத்தில் நிகழ்ந்த நிகழ்வொன்று என் நினைவுக்கு வருகிறது. கேரளத் தலைநகர் திருவனந்தபுரத்தில் கோயில் திருவிழாவொன்று நடந்தது. முதல் நாள் இரவே கொடிமரம் நடுவதற்குக் குழி பறித்தாயிற்று. கோயிலின் கொடிமரம் இருபது ஆட்கள் சேர்ந்தாலும் தூக்கி நடமுடியாத அளவுக்குக் கனமானது. கோயிலின் யானைக்குப் பாகனின் கண்ணசைவின் மூலம் கட்டளை பறக்கிறது. யானை கொடிக் கம்பத்தைத் தூக்கிக் கொண்டு குழியின் அருகில் சென்றவுடன், மரத்தைத் தூக்கி எறிந்து விடுகிறது. அடுத்தடுத்த மிரட்டல்கள், அங்குசக் குத்தல்கள் ஆயினும் குழிவரை மட்டுமே கம்பத்தைச் சுமந்த யானை, குழியில் கம்பத்தை நட மறுத்து ஒதுங்கிறது. கூடியிருந்தோர் கோபமுற்றனர். அவர்களுக்கு நல்லநேரம் முடிவதற்குள் கொடிக் கம்பம் நடவேண்டும் என்ற ஆதங்கம். திடீரென்று அறிவுவசப்பட்ட ஒருவர் குழியை எட்டிப் பார்த்தார். குழிக்குள் கத்தத் திராணியற்ற நிலையில் பூனை ஒன்று சுருண்டு கிடந்தது. உயிர் மட்டுமே உடலில் ஒட்டிக் கொண்டிருந்த பூனையைக் குழியிலிருந்து எடுத்துவிட்டனர். உடனே, சந்தோசத்தில் பிளிறிக் கொண்டு கொடிமரத்தை நட்டு விட்டது யானை. அளவில் பெரிய யானை, ஆகச் சிறிய பூனையிடம் காட்டிய விலங்கு நேயத்தை எந்த ஊடகமாவது செய்தி ஆக்கியதா? கொடிய விலங்கென்று ஒன்று காட்டில் இல்லை என்பது தெளி வாகிறது. இதுமட்டுமல்ல, தன் கூட்டத்து யானை ஒன்று இறந்து விட்டால், மற்ற யானைகள் அந்த ஒருநாள் முழுவதும் பட்டினி கிடக்கும்.

அநேகமாக மன்னர்காலத் தமிழகக் கோயில்களில் யானையின் சிலையைக் கட்டாயம் பார்க்கலாம். எந்தக் கடவு ளுக்கும் வாகனமாய் அமையாத யானை யைக் கோயிலினுள் சிலையாக்கியதில் பழந்தமிழர்களின் நன்றி பாராட்டும் குணம் வெளிப்படுகிறது. இது மட்டு மன்று, தொல் திராவிட நாகரிகமான சிந்துவெளி நாகரிகத்தின் அகழ்வாய்வு களிலேயே யானை பற்றிய நுண்கலைப் பதிவுகளை அறிய முடிகிறது.

சங்கத்தமிழ் யானைக்குத் தந்த பெயர்களில் சில: அறுகு, ஆம்பலரி, இபம், இம்மடி, உம்பல், எறும்பி, ஐராவதம், ஓங்கல், கசம், குஞ்சரம், கூங்கைமா, சாமசம், சிந்தூரம், சூகை, தாராடம், துமாரி, தெள்ளி, நூழில், பந்தகி, பென்னை, பேசுகி, மறமலி, வாரணம், வமுவை, வேழம் என நீள்கிறது பட்டியல். ஆண் யானை களிறு, பெண் யானை பிடி. வேறெந்த விலங்கிற்கும் தமிழில் இவ்வளவு பெயர்கள் இல்லை, யானைகள் மீது எத்துனை அன்பிருந்தால் இத்தனை காரணப் பெயரிட்டு அழைத் திருப்பார்கள் நம் முன்னோர்கள்?! அத்தனையும் அரசியலாகவும் அதன் வழியே பணமாகவும் பார்க்கப்படுகின்ற இச்சூழலில் யானைகளின் பாடு திண்டாட்டமாகிவிட்டது.

மலைபடுகடாம் என்றும், கூத்தராற்றுப்படை என்றும் அழைக் கப்படும் பத்துப்பாட்டு நூலில், யானையைப் பற்றிய வர்ணணைகள் அதிகம் உள்ளன. 'வில்லோடு வா நிலவே' படித்தவர்களுக்கு உம்பர்காடும், உம்பர்காடன் என்ற பெயரும் மறக்காது. சேர மன்னர் களின் பெயர்களுள் ஒன்றுதான் உம்பர்காடன். அன்றைய உம்பர் காடுதான் இன்றைய ஆனைமலை. யானையைப் பற்றிய சூழலியல் நூலொன்றைப் புரட்டியதில், சூழலைத் தாண்டிய வரலாற்று நிகழ்வை அறிய முடிந்தது. ஆனைமலையில் யானைச் சந்தை நடந்திருக்கிறது. வாரத்திற்கு இருமுறை நடக்கும் அச்சந்தையில் வடபுலத்து மன்னர்கள் வந்து யானைகளை வாங்கிச் சென்றிருக்கிறார்கள். மொகலாய மன்னர்களுக்குக் கூட ஆனைமலையிலிருந்து யானைகள்

விற்பனை செய்யப்பட்டுள்ளன.

மேற்கு மலைத் தொடரின் பெரிய மலைச் சிகரத்தைத் தனதாக்கி வைத்துள்ள ஆனைமலையைத் தவிர, சிறியதும் மிகச் சிறியதுமான ஆனைமலைகள் இருக்கின்றன. கிழக்கு மலைத் தொடரிலும் இப்பெயரிலுள்ள மலைகள் இருக்கின்றன. இது யானைகள் அங்கு வாழ்ந்ததால் வந்த காரணப் பெயராக இருக்கலாம். அல்லது யானைகள் மீது அக்கால மக்கள் கொண்ட பேரன்பால் வந்த அன்புப் பெயராகவும் இருக்கலாம்.

எத்தனையோ தொலைக்காட்சிகள் காடுகளுக்குள் சென்று படம் பிடித்துக் காட்டுகின்றன. பல்வகை விலங்குகளின் வாழ்க்கைமுறை, வேட்டையாடுதல், குடும்பம் பேணுதல், பகை அழித்தல், ஏன் பிடியும் களிறும் புணர்தலைக் கூடக் காட்டியுள்ளன. காதல் எல்லா உயிர்களுக்கும் பொதுவானது. எதிர் பாலினத்தின் மீது காட்டும் காதல் மொழி, மொழியற்ற பெருவெளியில்கூடப் பேரருவியாய் வந்து விழும். வெப்ப மண்டலத்தில் வாழும் பேருயிரியான யானைக்கும் அது இருக்கின்ற ஒன்றுதான். களவு ஒழுக்கத்தில் சிறந்திருக்கும் விலங்குகளில் முதன்மையானவை யானைகள்.

யானையைப் பிடிக்கும் முறைகளில் பழமையானது யானைகளின்

வலசைப் பாதையில் குழிவெட்டி அதில் யானையை விழச்செய்து பிடிப்பது. இதற்கு தமிழ் அளித்த பெயர் பயம்பு. கப்பம் என்ற மற்றொரு பெயரும் வழக்கத்தில் இருந்தது.

வெப்ப மண்டலத்தில் வாழ்ந்தாலும் யானைக்கு வேர்வைச் சுரப்பிகள் இல்லை. காது மடல்களை விசிறியே யானைகள் வெப்பச் சமச்சீர் பெறுகின்றன. யானைகளின் உணவாகச் சூழலியலாளர்கள் குறிப்பிடுவது 82 வகைத் தாவரங்கள். 59 வகை மரங்கள், 23 வகைப் புற்கள்.

யானைகள் பெருகிவிட்டதால்தான் ஊருக்குள் வருகின்றன என்ற ஆதாரமற்ற குற்றச்சாட்டை முன்வைக்கிறவர்கள், ஒன்றை உணரவேண்டும். சென்ற நூற்றாண்டில் இந்தியாவில் இருந்த ஆசிய யானைகளின் என்ணிக்கை இரண்டு லட்சம். இப்போது இருப்பது வெறும் முப்பத்தேழாயிரம். பொய்கள் எல்லா நேரங்களிலும் உண்மையாகிவிடா.

சொந்த புத்தியுமற்றுச் சொல் புத்தியுமற்று எவர் பேச்சையும் கேட்காத மனிதனைக் குறிக்கச் சொல்லும் பழமொழிகளில் ஒன்று, ‘யானை போல் தன் தலையில் மண்ணை அள்ளிப் போட்டுக் கொள்கிறான்’ என்பதாகும். ஆனால், யானை சொந்தப் புத்தியுடனே தான் மண்ணை அள்ளிப் போட்டுக் கொள்கிறது. தோலின் மடிப்புகளினூடே குருதி உறிஞ்சும் அட்டைகள் தாக்கித் துன்புறுத்தும்போது, அவற்றை அகற்றுவதன் பொருட்டே யானைகள் மண்ணை அள்ளித் தன் மேல் போட்டுக் கொள்கின்றன. யானைக்கு ஒரு போதும் அடி சறுக்காது. ஏனெனில் அதன் பாத அமைப்பு அப்படிப்பட்டது.

தன் வலசைப் பாதையின் வீடொன்றை யானைக் கூட்டமொன்று இடிக்கிறது. ஊர் கூடிவிட்டது. யானைகளை விரட்டும் முயற்சி கைகூடவில்லை. திடீரென்று பாதி இடிந்த நிலையில் உள்ள வீட்டுக்குள் குழந்தையின் அழுகுரல் வீறிட்டெழுகிறது. வீட்டை இடிப்பதை நிறுத்திய யானைகளில் ஒன்று இடிபாடுகளில் தேடிக் குழந்தையை தும்பிக்கையால் எடுக்கிறது. தும்பிக்கை கொண்டு தடவிக்கொடுத்தும், ஓங்கிக் குரலெடுத்து அழும் குழந்தையை தேற்றத் தெரியாமல் பின்வாங்கி காட்டுக்குள் சென்றுவிடுகின்றன யானைகள். இங்கே மனிதன் யார்? விலங்கு யார்? காசு பணத்திற்காக மனிதன் விலங்காகிக் கொண்டிருக்கிறான். விலங்குகள் அதன் இயல்பு மாறாமல் விலங்குகளாகவே இருக்கின்றன.

யானையைப் போன்றே உருவம் வைத்த கடவுள் ஒருவனை நாமே படைத்துக் கொண்டாடிக் கொண்டிருக்கிறோம். கோயில்கள் தோறும் யானைகளை நிறுத்திக் கல்லாய்ச் சமைந்த கடவுளைச் சுமக்க வைக்கிறோம். இன்னும் ஒருபடி மேலே போய், யானையிடம் குடும்பத்துடன் சென்று ஆசி பெறுகிறோம். கேட்டால் யானை ஆசிர்வதித்தால் குடும்பத்துக்கே நல்லது என்கிறோம். ஆனால் யானைகளின் வலசைப் பாதைகளை, வாழ்விடத்தை அழித்துக் கொண்டிருக்கிறோம். நமக்கு நல்லது செய்ய, நம்மை ஆசிர்வதிக்க யானைகள் வேண்டுமென்ற சுயநலத்தின் பொருட்டாவது அவற்றை வாழ விடுவோம்.

ஆண்டுதோறும் யானை வடிவக் கடவுளுக்கு விதவிதமாய் உருவம் செய்து, பழங்கதைகள் சொல்லி, கொழுக்கட்டைகள் படைத்து அதனையும் நாமே உண்டு மகிழ்கின்றோம். கடவுளிடம் போடும் தோப்புக்கரணங்களை யானையிடம் போட்டு மன்னிப்புக் கேட்க வேண்டும். அவ்வளவு பாவங்களை நாம் யானைக்குச் செய்திருக்கிறோம். கவிதைக்கும் கடவுளுக்கும் வேண்டுமானால் பொய் அழகாய் இருக்கலாம். ஆனால் என்றுமே உண்மைதான் பேரழகு. ∎

எல்லோரும் தேவதூதர்கள்

சங்க இலக்கியங்களைப் படித்துப்பாருங்கள் அல்லது படித்தவர்களிடம் கேட்டுப்பாருங்கள், அந்தப் பாடல்களில் இயற்கை இழையோடி யிருப்பது தெரியும். தெளிக்கப்பட்ட சொற்களிலெல்லாம் அன்பும் வீரமும் தூவப்பட்டிருப்பது புரியும். அகப்பாடல்கள் முழுவதும் காதலால் கரைக்கப்பட்டிருக்கும். புறப் பாடல்கள் முழுவதும் வீரம் வீசப்பட்டிருக்கும் அகப் பாடல்களோ புறப்பாடல்களோ எதுவாயினும் மனித நேயம் மலர்த்தப்பட்டுப் பாடப்பட்டிருக்கும்.

ஒரு குடும்பம் வாழ ஒருவர் இறக்கலாம், ஒரு கிராமம் வாழ குடும்பத்தின் வாழ்வைத் தியாகம் செய்யலாம், ஒரு நாடு வாழ ஓர் ஊரைத் தியாகம் செய்ய வேண்டும் என்று மனு தர்மம் சொல்லும் பிற்போக்குத்தனம் இம்மண்ணில் என்றுமே இருந்ததில்லை. மாறாக, ஒவ்வொரு தனிமனிதனின் வளர்ச்சியில்தான் நாடும் மன்னனும் வளம் பெறமுடியும் என்பதை, தமிழ்க் கிழவி ஔவை வாழ்த்திய 'வரப்புயர'' என்ற ஒற்றைச் சொல்லில் காணமுடியும். தமிழனின் வாழ்க்கை முறை இயற்கையோடு இணைந்தது. அதனால்தான் புலவர்களின் நாவில் விளையாடிய தமிழில் இயற்கை இணைந்து கொண்டது.

முத்தொள்ளாயிரம் காட்டும் இயற்கைக் காட்சி ஒன்று,

"அள்ளற் பழனத்து அரக்காம்பால் வாய் அலற
வெள்ளம் தீப்பட்ட தெனவெரீஇப் புள்ளினம்தம்
கைச்சிறகால் பார்ப்பொடுக்கும் கவ்வை உடைத்தாரோ
நச்சிலைவேல் கைக்கோதை நாடு"

பழனம் என்பது நஞ்சை நிலம் அல்லது வயல். இந்தப் பாடலை எனது தமிழாசிரியர் நினைவில் வாழும் புலவர் பு.சி.கந்தசாமி அய்யா நடத்தக் கேட்டிருக்கிறேன். அப்படியே நினைவிலும் நிறுத்தியுள்ளேன். காட்சி, குளக்கரையில் இருக்கும் குருவியின் பார்வையில் விரிகிறது. செவ்வாம்பல் மலர்கள் சிவப்பு நிறத்தில் குளம் முழுக்கப்

பூத்திருக்கின்றன. இதைக் கண்ட தாய்க்குருவி, அதனைக் குளத்தில் பிடித்த தீயென அஞ்சி தன் குஞ்சுகளை இறக்கைகளுக்குள் அணைத்துக் கொள்கிறது. இயற்கையான இரண்டு நிகழ்வுகளை ஒன்றாக்கிய புலவர், தனது குறிப்பைப் பாடலுக்குள் கொண்டு சென்று மக்களுக்குச் சேர்த்துவிடுகிறார். குளம் நிறைய நீர், நீர் மேவிக்கிடக்கும் ஆம்பல் செடி, ஒவ்வோர் ஆம்பலிலும் சிவப்பு நிறத்தில் பூத்துகிடக்கும் பூக்கள், குஞ்சுகள் சூழக்காணப்படும் தாய்க்குருவி, இப்படி இருந்தன நிலங்கள். இன்று எந்தக் குளத்தில் நீர் இருக்கிறது? அப்படியே இருந்தாலும் நீர் சுத்தமாக இருக்கிறதா? ஆம்பல் மலர்ந்திருக்கிறதா? பூச்சிக்கொல்லிகளைத் தெளித்து குருவிகளைக் கொன்றுவிட்டு லேகியங்களிலும் லேபில்களிலும் பெயர் வைத்துக் கொண்டிருக்கிறோம். நீர் நிலைகளுக்குக் கொள்ளி வைத்துவிட்டு அல்லியையும் ஆம்பலையும் திரைப்பாடல்களில் மட்டுமே கேட்டுக் கொண்டிருக்கிறோம்.

ஆம்பல்

"ஒரு சந்ததி போகிறது, மறு சந்ததி வருகிறது. பூமியோ என்றைக்கும் நிலைத்திருக்கிறது". பைபிள் கூறும் இவ்வாசகத்தை, தேவாலயச் சுவர் ஒன்றைக் கடக்கையில் வாசித்திருக்கிறேன். இயற்கையை நேசிக்க எல்லா மதங்களும் சொல்லியிருக்கின்றன. மதமே வேண்டா மென்னும் நாத்திகம் இயற்கையே மிகச் சிறந்த ஆளுமை என்கிறது.

இதற்கு முன் இருந்த சந்ததியினர் பூமியைப் பூமியாகவே விட்டுச் சென்றிருக்கின்றனர். ஆனால் நமது சந்ததியோ, அடுத்த சந்ததிக்கு இந்த பூமியை பூமியாகவே விட்டுச் செல்லுமா? அல்லது பூமியை விட்டே

செல்ல வைக்குமா? என்ற கேள்வி எழுந்துள்ளது. பூமிப்பந்தின் எல்லா விடத்தும் பூமியை அழிக்க எளிதாய்ப் புறப்பட்ட மனிதனுக்குத் தெரியாதா, நுனிக் கொம்பர் ஏறினால் அஃது உயிர்க்கு இறுதியாகி விடும் என்பது. தலை சீவப்பட்ட மலைகள், தழை சீவப்பட்ட மரங்கள், தளம் சீவப்பட்ட ஆறுகள் என எல்லாமும் சீரழிவுக்கு உள்ளாக்கப்பட்டுள்ளன.

ஆற்று நீரூற்று

ஆற்றுப் பெருக்கற்று அடி சுடும் அந்நாளில் கூட ஊற்றுப் பெருக்கால் உலகுக்கு உணவு ஊட்டப்படும் என்ற தமிழ் மூதாட்டி யின் நற்சொல்லில் உண்மை உள்ளது. வான் பொய்த்து வறண்டு கிடக்கும் ஆறுகளின் மணற் பரப்பில் தோண்டப்படும் ஊற்றுகளின் உதவியோடு வேளாண் தொழில் செய்ய முடியும். இன்றைய நிலை அப்படியா இருக்கிறது? ஆறுகளில் நீரும் இல்லை, மணலும் இல்லை. கற்கக் கற்க வளர்ந்த அறிவைக் கொண்டு, தோண்டத் தோண்ட நீர் ஊறிய ஆற்றுப் படுகைகளைத் தொலைத்து விட்டோம்.

மணல் எடுப்பதன் மூலமே பெரும் தொழிற்கூடங்கள், வானுயர்ந்த வணிக வளாகங்கள், குடும்பங்கள் வாழ இல்லங்கள், இன்ன பிற கட்ட டங்கள் கட்ட முடிகிறது. வளர்ச்சியின் பொருட்டு சிலபல தியாகங் களைச் செய்யத்தான் வேண்டுமென்போரே! கண்ணைக் குத்திக் கொண்ட பின் சித்திரங்கள் அழகாயிருந்தால் என்ன? அலங்கோலமாய் இருந்தாலென்ன? ஓங்கி உயர்ந்த கட்டடங்களுக்குள் நெல் விளையாது, நெடும் பசி போகாது. நினைவில் கொள்க.

மணல் அள்ளுதல்

உணவாகி, உரமாகி, நிழலாகி, நெடுங்கதவாகி, ஏடாகி, எழுது கோலாகி, எல்லாமுமாகி எழுந்து நிற்கின்ற மரங்கள் வரைமுறையின்றி வெட்டப்பட்டதன் வேதனையை நாம் இன்று அனுபவித்துக் கொண்டிருக்கிறோம். விட்டெரியும் காசு எட்டு ஊரை விலை பேசும். தூய காற்றைத் தேடித் தருமா அந்த வெள்ளிப்பணம்? மின்விசிறியின் அதீதச் சுழற்சியின் அடியிலும், குளோரா ஃபுளோரா கார்பன்களை வெளியேற்றி விட்டு இதமான குளிரை உள்ளுக்குள் தரும் குளிர்சாதனப் பெட்டியின் குளுமையிலும் காலம் தள்ளிக் கொண்டிருக்கும் நாம், இயற்கைக் காற்றின் தீண்டலை எப்போது உணரப் போகிறோம்? இயற்கையின் குளிர்ச்சியை மின்விசிறியோ, குளிர்சாதனப்பெட்டியோ தராது. காற்றைச் சலவை செய்து சந்தனம் ஜவ்வாது மிகப் பூசி பன்னீர் தெளித்து இனிதாய்த் தரவல்லவை மரங்கள் மட்டுமே.

காடுகளில் இருந்த மரங்கள், நெடுஞ்சாலைகளின் மருங்கில் இருந்த மரங்கள், மேய்ச்சல் நிலங்களில் இருந்த மரங்கள், வேறெங் கெல்லாம் மரங்கள் இருந்தனவோ அங்கெல்லாம் வேரோடு பிடுங்கி வேரடி மண்ணை வளமற்றதாக விட்டோம், வாழ்க்கையை வறண்ட காடாக்கி விட்டோம். மரம் மனிதத் தேவைக்கு மட்டுமானதா?

தீதென்று தெரிந்த பின்னரும், அத்தீதைத் தொடர்ந்து செய்யும் அரசுகள், அதிகாரிகள், தொழிலாளிகள் மன்னிக்க முடியாதவர்கள். சுயநலத்துக்காக மரங்களை அதீதமாக வெட்டுகின்ற எவரும் மன்னிப்பைக் கோரக் கூடத் தகுதியில்லாதவர்கள்.

காடுகள் அழிப்பு

எல்லாவற்றையும் மன்னிக்கச் சொன்ன ஏசுவோ, எல்லாவற்றையும் சமமாகப் பார்த்த நபிகளோ, பாவங்களைத் தொலைக்கப் புனித நீராடச் சொல்லும் இந்து மதமோ, அல்லது வேறெந்தக் கடவுளோ மதமோ எதுவாயினும் எவராயினும் இயற்கையை அழிப்போரை உறுதியாய் மன்னித்தல் செய்யா.

ஆற்றில் மணல், நதியில் நீர், நிலத்தில் மரம், வெட்டவெளிக் காற்று, இவை நமக்கு மட்டுமல்ல, நமக்குப் பிறகு வரும் தலை முறைக்கும் சொந்த மானவை. இன்றிருக்கும் எல்லா உயிர்களுக்கும் பொதுவான இவற்றை விட்டு வைக்க மனமும் இல்லை, விட்டு வைக்கவும் இல்லை.

பூமிப்பந்து தன்னிலை மாறும் போதெல்லாம் அல்லது மாற்றப் படும் போதெல்லாம் தன்னைத்தானே சரி செய்து கொள்ளும். ஆடி அடங்கும் நில நடுக்கங்கங்களாய், ஓங்கி உயரும் ஆழிப்பேரலையாய், அடங்க மறுக்கும் சூறாவளியாய், வெடித்துச் சிதறும் எரிமலையாய், உருகி ஓடும் பனிப்படிவங்களாய் தன்னைத் தற்காத்துக் கொள்ளும் வல்லமை அதற்குண்டு. அதைத் தாங்கும் சக்தி மனித இனத்துக்கு உண்டா?

பெருமழை பெய்யும் எனப் பஞ்சாங்கங்கள் சொல்கின்றன, நிமித்தங்கள் துணை கொண்டு கிராமத்தில் சொல்கிறார்கள்.

"வானில் பறக்கின்ற புள்ளெல்லாம் நான்
கானில் வளரும் மரமெல்லாம் நான்
காற்றும் புனலும் கடலும் நானே"

என்று பாரதி பாடிய கடவுளைக் கைக் கொண்டதாகச் சொல்லும் சாமியார்களும் நாடு செழிக்கும், நல்ல மழை பெய்யும் என்கிறார்கள். பசிபிக் பேராழியின் நடுவே ஏற்படும் 'எல் நினோ' விளைவால் இந்தியா வில் மழையின் அளவு கூடும் என்கிறார்கள் வானவியலாளர்கள். யார் சொல்லி என்ன பயன்? மழையுமில்லை, துளியுமில்லை, ஊற்றுப் பறிக்க மணலுமில்லை.

மனித இனம் வல்லூறாக மாறி, இயற்கை வளங்கள் என்னும் கோழிக் குஞ்சுகளை ஒவ்வொன்றாகத் தூக்கிச் சென்று கொண்டிருக்கிறது. மரமற்ற பூமியும் மழையற்ற வானமும் நீரற்ற ஆறும் மனிதன் செய்த பாதகங்களின் விளைவே. வளர்ச்சியையும் உயர்ச்சியையும் பற்றிப் பேசு பவர்கள் ஒன்றைச் சிந்திக்க வேண்டும்.

இந்தப் பூமி மனிதன் மட்டுமே வாழ உருவான தில்லை. மனிதனைத் தவிர வேறெந்த உயிரினமும், தன் உணவுத் தேவைக்கன்றி வேறு காரணங்களுக்காக இன்னொரு உயிரை அழிப் பதில்லை. மனிதனைத் தவிர வேறெந்த உயிரின மும் இயற்கைக்கு முரணான செயலைச் செய்வதே இல்லை.

சாலை விரிவாக்கத்திற்கு மரங்கள் வெட்டப்படுதல்

இப்பூமியைக் காப்பாற்ற விண்ணிலிருந்து ஒரு தேவதூதன் வர வேண்டியதில்லை. இருக்கின்ற எல்லோரும் இயற்கையை நேசிக்கும் தேவதூதர்களாக மாற வேண்டும். ■

செல்லச் சிட்டு

"எட்டுத் திசையும் பறந்து திரிகுவை
ஏறிய காற்றில் விரைவொடு நீந்துவை
முற்றத்தி லேயுங் கழனி வெளியிலும்
முன்கண்ட தானியம் தன்னைக் கொணர்ந்துண்டு
மற்றபொழுது கதை சொல்லித் தூங்கிப் பின்
வைகறை யாகுமுன் பாடி விழிப்புற்ணீறு...."

இது விட்டு விடுதலையாகி நின்ற சிட்டுக்குருவியைப் பார்த்துப் பாரதி சொன்னது.

சின்னஞ்சிறு தேசம்தான் வியட்நாம், அமெரிக்காவை அலற விட்ட தல்லவா! உருவில் சிறியதுதான் தேனீ. அது உலகு சுற்றவில்லை யென்றால் உணவில்லையல்லவா! ஆகச் சிறியதுதான் எறும்பு, அதன் சேமிப்பு சிலிர்க்க வைக்கிறதல்லவா! சிறியது என்று இருப்ப தெல்லாம் சிறியதல்ல. அதனெதிர் பெரியது என்றிருப்பதெல்லாம் பெரியதுமல்ல. பறவைகளில் அளவில் சிறியது சிட்டுக்குருவி. இதன் உருவம் பெரிய பட்டாம்பூச்சியை விட சற்றே சிறியதாய் இருக்கும்.

உலகின் கடுங்குளிர் மண்டலங்கள் நீங்கலாக எல்லாக் காலநிலை மண்டலங்களிலும் சிட்டுக்குருவிகள் காணப்படுகின்றன.

சற்றே உயரப்பறக்கும் இந்த ஊர்க்குருவி, தன்னளவில் எந்த உயிரினத்திற்கும் சிறு தீங்கும் நினைக்காதது. தென்னங்கூரை வீடுகளின் தடுக்குகளிலும், பனை ஓலை வீடுகளின் அடி அடுக்கு களிலும், ஓட்டு வீடுகளின் சுவர் சந்திப்பிலும், புதர்க்காடுகளின் மறைவிடத்திலும் கூடமைக்கும்.

"சிறுகக் கட்டிப் பெருக வாழ்" என்பதை உணர்ந்தவை சிட்டுகள்தான். அதன் கூடுகளை எளிமையாய் அருமையாய் அமைத்துக் கொள்ளும். கிடைக்கின்ற வைக்கோல், பஞ்சுகள், பஞ்சு போன்ற இலைகள் இவையே அதன் கூடுகள்.

குயில்போல் குரலில் இனிமையில்லை, மயில்போல் ஆடல் கலையும் இல்லை, மணிப்புறா போல் அழகும் அதனிடம் இல்லை, கழுகுபோல் உயரப் பறக்கும் ஆற்றலும் இல்லை. இத்தனை இல்லைகள் இருந்தும், அத்தனையும் தாண்டி சிட்டுக்குருவிகள் நம் சிந்தையைக் கவர்கின்றன.

நானெல்லாம் சிறு வயதாய் இருந்த காலத்தில், களத்தில் கதிர் அடித்து, தூற்றி, மூட்டையிட்டு முற்றம் சேர்ப்பர். அடிக்கும் போதும் தூற்றும் போதும், சிந்தும் தானியங்கள் சிட்டுகளுக்கு

உணவாயின. நிறைய சிறுதானியங்கள் பயிர் செய்த காலமது. மேலும், தோட்டத்தில் பயிர்களில் ஒட்டியிருக்கும் சிறு பூச்சி புழுக்களையும் சிட்டுக்குருவிகள் உண்ணும்.

கிராமத்துத் தலைவாசலில் கூட்டமாய் மின்கம்பிகளிலோ, மரங்களிலோ அமர்ந்திருக்கும் சிட்டுக்குருவிகள், 'ரெடி ஒன் டூ திரி' சொன்னது போல் ஒரு சேரப் பறக்கும். இதனாலேயே ஊர்க்குருவி ஆனது.

சிறு சத்தம் கேட்டாலே சிட்டாய்ப் பறந்துவிடும் குருவிகள் சுறுசுறுப்பானவை. ஓர் ஊரின் சூழல் நன்றாயிருப்பதை அங்கு பறக்கும் சிட்டுக் குருவிகளை வைத்துத் தீர்மானிக்கலாம். ஆனால், இன்று நகரங்கள், கிராமங்கள் என்று எங்கேயும் சிட்டுக்கள் அருகிவிட்டன.

நகரங்களின் கான்கிரிட் கூடுகளில் சிட்டுக்கள் தங்க வீடுகளில்லை. வாகனங்களின் காரீயப் புகை அவற்றின் மூச்சுக் காற்றை மாசுபடுத்தி விட்டது. தானியமோ, புழுவோ கிடைக்க வழியில்லை. அங்கு மனிதர்களே கூட்டுக்குள் புகுந்து வேகும்போது, சின்னச் சிட்டுகளைப் பற்றிச் சிந்திக்க அவர்களுக்கு எங்கே நேரம் இருக்கப்போகிறது?

கிராமங்களை எட்டிப் பார்த்தால், அங்கேயும் வாழ வழியற்று, கூட்டமாய்ப் பறந்தவை அங்கொன்றும் இங்கொன்றுமாய்ப் பறக்கின்றன. சிறுதானிய உற்பத்தி குறைந்துபோனது. உற்பத்தி செய்யும் விளைநிலங்களில் பூச்சிக் கொல்லிகள் பயன்படுத்துவது என மனிதனின் செயல்கள் எல்லாம் சிட்டுக் குருவிகளுக்கு எதிரானவையாகவே இருக்கின்றன. பூச்சிக் கொல்லிகளின் பயன்பாட்டால், அதை உண்ணும் பூச்சிகள் இறக்கின்றன. அந்தப் பூச்சிகளை உண்ணும் சிட்டுகளும் சீக்கிரம் இறக்கின்றன.

நம் ஊரில் உள்ள சிட்டுக்குருவி போன்றே வட அமெரிக்

ராபின்

காவில் உள்ள பறவையின் பெயர் 'ராபின்' என்பதாகும். சொட்டு நீலப்புட்டிகளில் இந்தப் பறவை யின் படத்தைப் பார்த்திருப்போம். பூஞ்சைகளை அழிக்கப் பயன் படுத்திய வேதி மருந்துகளால் அழிந்துபோனது ராபின் இனம். நமது குயில்போல் அழகாகப்பாடும் இந்த ராபின் பறவைதான், வசந்த காலத்தின் வருகையை அறிவிக்கும் வானிலை அறிவிப்பாளர். தற்போது ராபின் குருவி இல்லாமல் வட அமெரிக்காவின் ஒவ்வொரு வசந்தமும் மௌனத்தின் சப்தத்தில் கடந்துபோகிறது.

வட அமெரிக்கா போலவே விரைவில் சிட்டுக் குருவிகளற்ற தமிழக வானமும் அனாதையாகக் காட்சியளிக்கும் வாய்ப்புகளை அதிகப்படுத்திக் கொண்டிருக்கிறோம். இறகு சுருக்கித் தன் குஞ்சு களுக்கு இரையூட்டுகின்ற சிட்டுக் குருவிகளை வீழ்த்த வாளெடுத்து நிற்கின்றோம். ஊர்க்குருவிகளற்ற ஊருக்குப் பெயர் மட்டும் இருந் தென்ன, இல்லாமல் போனால் என்ன? சிட்டுக்கள் சிறகடிக்காத வானம் வனப்பிழந்தே இருக்கும்.

எனது சிறுவயது, அப்போதெல்லாம் சிட்டுக்கள், செம்மாந்த மாலையில், கிராமத்து வானத்தில் கூட்டமாய்ப் பறப்பதை வாய் பிளந்தபடி பார்த்து நின்றிருக்கிறேன். கூடி விளையாடும் நண்பர்கள், "ரொம்பப் பொளக்காத, வாயில ஆய் போயிறப் போவுது" எனக் கிண்டல் செய்வார்கள். நான் சொல்வேன், "சிட்டைப் போல் இறகும், உடம்பும் இருந்தால் சட்டெனப் பறக்கலாமல்லவா?". இதைக் கேட்டவர்கள், "வாடா லூசு" என்று விளையாட்டுக்குள் என்னைக் கொண்டு செல்வார்கள்.

மார்ச்-20. உலக சிட்டுக்குருவிகள் தினம். சிட்டுக்குருவிக்கென்ன கட்டுப்பாடு? சிட்டே! செல்லச் சிட்டே! உடனே எங்கள் ஊருக்குப் பறந்துவா. மனிதர்களே, ஆகச் சிறிய பறவை சிட்டுக்குருவி, அந்தச் சின்னஞ்சிறு சிட்டுக்கு உலகில் வாழ வழி கொடுப்போம். ■

காற்றோடு ஒரு பயணம்

காற்று வெளியிடை அமர்ந்து, கனவுகளில் பயணம் செய்த காலத்திலிருந்தே துவங்குவோம், காற்றின் மீதான நமது பயணத்தை. காற்றின் திசையைப் போலவே பயணங்கள் பின்னோக்கியும் முன்னோக்கியும் போகக் கூடும். கவனமாய்க் காற்றைப் பிடித்துக் கொள்ளுங்கள். நாமெல்லாம் கறுப்பாய் இருப்பதனால் காத்து கறுப்பு நம்மை ஒன்றுஞ் செய்யாது.

காற்று சில சமயங்களில் சுழலும், பலசமயங்களில் தூக்கிவீசும், எதிர்பாராத சமயத்தில் கீழேயும் தள்ளிவிடும். எதுவுமற்று ஏகாந்தமாய்த் திரியும் மனநிலை பிறழ்ந்தவனின் மனவோட்டத்தைப் போலவே காற்றுவீசும். வீசும் காற்றின் மீதமர்ந்தால் நம் லகான் அதன் கையில் இருக்கும் பயணிப்பவனின் லகான் பயணம் செய்யும் பொருளில் இருப்பதுவும் சுவாரசியமே.

எல்லோரும் எல்நினோ பற்றியே பேசுவதால், அது ஏற்படும் திசையில் செல்லும்படி காற்றைக் கேட்டுக் கொள்வோம். காற்றிடம் சொல்லிவிட்டால் கடிதோடி விடுமல்லவா?

நிலநடுக்கோடு என்னும் கற்பனைக் கோடு நிலத்தின் மீது செல்லும் பகுதி குறைவே. ஆப்ரிக்கா கண்டத்தின் நடுவில், தென் அமெரிக்கக் கண்டத்தின் வடக்குப் பகுதியில் மட்டுமே நிலப் பகுதியில் செல்கிறது இக்கற்பனைக் கோடு. இக்கோட்டின் வழியே பசிபிக் பெருங்கடலை அடைந்தால் எல்நினோ ஏற்படும் இடத்தை அறிந்து கொள்ள முடியும்.

புவி நடுக்கோட்டுப் பகுதியில் 5° வடக்கேயும் தெற்கேயும் ஆண்டு முழுவதும் சூரிய ஒளிக்கதிர்கள் செங்குத்தாகவே விழும். இதன் கரணமாய் அந்தப் பகுதியில் ஆண்டு முழுவதும் வெப்பம் கடுமையாக இருக்கும். கடும் வெப்பத்தால் காற்று லேசாகி, ஆவியாகி மேலே சென்றுவிடும் கீழே ஏற்படும் வெற்றிடத்தை நிரப்ப, வெளிக்காற்று விரையும். இதன் காரணமாய் ஏற்படுபவைதான் சூறாவளி, காற்றழுத்தத்

தாழ்வு நிலை, புயல் எல்லாம். ஆண்டு முழுவதும். 'எல்நினோ' ஏற்படுமா? இல்லை, எல்நினோ டிசம்பர் மாத்ததின் கடைசி வாரத்தில் ஏற்படும். எல்நினோ என்ற ஸ்பானிஷ் மொழிச் சொல்லின் பொருள் குழந்தை ஏசு என்பதாகும். கிறிஸ்துமஸ் சமயத்தில் ஏற்படுவதால் இதற்கு எல்நினோ என்று பெயர் வைத்திருக்கலாம்.

ஆண்டு முழுவதும் கடும் வெப்பமடையும் பசிபிக் பேராழியின் பூமத்திய ரேகைப் பகுதியில், டிசம்பர் மாதத்தில் எல்நினோ ஏற்பட காற்று மட்டுமே காரணமல்ல. ஆனால் காற்றுதான் பெருங்காரணி களில் ஒன்று.

 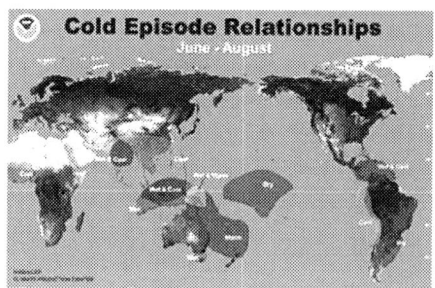

பசிபிக் கடல் பகுதியில் வீசும் மேற்குக் காற்று இந்தோனேஷி யாவை ஒட்டியும் ஆஸ்திரேலியாவை ஒட்டியும் உள்ள கடல் பகுதியில் பயணிக்கும்போது, கடலின் மேற்பரப்பில் வெப்பநீரைக் கடத்தி வரும். அதே நேரத்தில், கிழக்கு பசிபிக் கடலில் இருந்து வரும் குளிர் நீரோட்டம் புவி நடுக்கோட்டிற்கு வந்து சேரும். இவ்விரு மாறுபாடுடைய காற்றும் நீரும் சேரும்போது புவிப்பரப்பின் கிழக்கிலும் மேற்கிலும் மாற்றங்களை உருவாக்கும்.

இது மட்டுமல்ல, வட துருவத்தின் வசந்த காலத்தில் பசிபிக் காற்று வலுக்குறைந்து, ஆசியக் கண்டத்தின் கோடைக் காலத்தில் மீண்டும் வலுப்பெறும். அதோடல்லாமல், பசிபிக் கடலின் ஹம்போல்ட் வெப்ப நீரோட்டம், தென் அமெரிக்கக் கண்டத்தின் மேற்குக் கரையை ஒட்டிச் செல்லும்போது, அங்கே கடலுக்கடியில் இருக்கும் குளிர்ந்த நீரை மேலே கொண்டுவரும்.

இவையெல்லாம் சேர்ந்த நிகழ்வே எல்நினோ. இந்த வெப்பநிலை மாற்றங்கள் மூன்று முதல் ஏழு ஆண்டுகள் இடைவெளியில் ஏற்படலாம் என்பதே ஆய்வாளர்களின் கருத்து.

கடல்களை நாம் பல பெயர்கள் சொல்லி அழைத்தாலும் அவையெல்லாம் ஒன்றுக்கொன்று தொடர்புற்று ஒரே கடலாகத்தான் உள்ளன. கடலுக்குள் ஒரு பகுதியில் ஏற்படும் மாற்றம் மற்றெல்லாப் பகுதிகளிலும் விளைவுகளை ஏற்படுத்தும்.

அளவில் பெரியது எனக் கணக்கிடப்பட்ட பசிபிக் பேராழியை, கிழக்கு பசிபிக், மேற்கு பசிபிக் என்று பிரித்துள்ளனர் புவியியலாளர்கள். கிழக்கு மற்றும் மேற்கு பசிபிக்கில் ஏற்படும் மாற்றங்களைக் கொண்டே எல்நினோ விளைவுகள் கணக்கிடப்படுகிறன.

எல்நினோவால்,

பெரு நாட்டில் எப்போதும் வறண்டே கிடக்கும் அப்யூரிக் நதியில் வெள்ளத்தை ஏற்படுத்த முடியம்.

மழை பொழிய வேண்டிய இடத்தில் திரண்ட மேகக் கூட்டங்களை நிமிடத்தில் திசை திருப்பிவிட முடியும். இதற்கு ஆங்கிலத்தில் ‘ஜெட் டிரீம்ஸ்’ என்று பெயர்.

இமயமலையில் அமர்ந்து அழித்தல் தொழில் புரிந்து கொண்டிருப்பதாக நம்பப்படும் கேதார்நாத் சிவனின் இருப்பிடத்தையே அழிக்க முடியும்.

கடல் மீன்களை இடமாற்றம் செய்யமுடியும்.

இந்தியத் துணைக் கண்டத்தில் பருவக்காற்று வீசும் காலத்தை மாற்ற முடியும்.

மழையற்ற வறண்ட சமவெளிகளை உருவாக்க முடியும்.

இதுபோல இன்னும் பல முடியும். ஆம், எல்நினோவால் முடியும்.

நீலக் கடலின் நடுவினில்
நீங்கா துன்பக் காவியமாய்க்
காற்றுச் சுழலை எதிர்கொண்டு
மாற்றம் நிகழ்த்தும் எல்நினோ

சர்வ வல்லமை படைத்ததாகச் சொல்லப்படும் கடவுள்களை விடவும் மிகப்பெரிய சக்தி கொண்டது. ∎

நெடிதுயர்ந்த நேசன்

நதி வரும் முன், மணல் தரும் முன் மக்களின் நாவில் நடமாடிய செந்தமிழ், எழுத்து வழியாய் வாழ வழி செய்த ஒரு மரம், அழிவின் ஆரம்பக் கட்டத்தில் இருக்கிறது. இருக்கும்வரை பயன் தரும் மரம் அது. இறந்த பின்னும் நெடுநாள் பயனாய்க் கூட வரும் மரம் அது. தமிழனின் எழுத்து வடிவம் வளைந்து, சுழிந்து, நெளிந்திருக்கக் காரணம் அம்மரமே. உலகின் ஏனைய மொழிக் குடும்பத்திற்கில்லாத வட்டெழுத்து வடிவம் திராவிட மொழிக் குடும்பத்திற்கு வாய்க்கக் காரணம் அம்மரமே. அதனைப் பனைமரம் என்றழைத்தனர் எம்முன்னோர்கள்..

பனை ஓலைகளிலேயே தமிழனின் அனைத்துப் படைப்புகளும் எழுதப்பட்டன. அதன் மூலமே பல தகவல்கள் அடுத்த தலைமுறைக்குக் கடத்தப்பட்டன. நேர்கோடோ, பக்கக் கோடோ கொண்டு எழுதப் பட்டால், பனை ஓலை கிழிந்து விடுமாதலால் வட்டெழுத்து வடிவம் திராவிட மொழிகளுக்கு வசமானது.

பனைமரம் 108 வகைகளில் உள்ளது. இம்மரங்கள் அதிக அளவில் தமிழ்நாட்டிலும் ஈழத்திலுமே காணப்படுகின்றன. தமிழ்

மாநில மலர் செங்காந்தள், மரம் பனைமரம். தமிழ் ஈழத்தின் மரமும் மலரும் அதுவே. இந்தியாவில் இருப்பதாகத் தோராயமாகக் கணக்கிடப்பட்ட பனை மரங்களில் 90% தமிழகத்திலும், இலங்கையில் இருப்பதாகக் கணக்கிடப்பட்ட மரங்களில் 99.4% ஈழத்திலும் இருக்கின்றன. ஈழத்து மக்கள் மட்டுமல்ல, ஈழத்து மரமும் எங்கள் உறவின் முறையே.

ஒதுங்க நிழல் தராமல் 30 மீட்டர் வரை வளரக்கூடிய பனைமரம், பண்டைக்கால மக்கள் ஒதுங்கி இளைப்பாறி, உண்டு உறங்க வீடே தந்தது. நவீன காலத்திலும் ஆங்காங்கே ஓலைக் குடிசைகளில் மக்கள் வாழ்வதைப் பார்க்க முடிகிறது.

குருத்து ஓலை முதல் பழுத்த ஓலை வரை பனையின் இலைகள் பயன் தருபவை. கிலுகிலுப்பை செய்து விளையாடிய நினைவுகள் பனையோலையைப் பார்த்தவுடன் ஞாபகத்தில் வந்தால் உங்களுக்குள் இருக்கும் கிராமத்தான் இன்னும் மரிக்கவில்லை. பனையோலையின் நடுவில் குழிபோல் அமைத்து இரண்டுபுறமும் ஒன்றிணைத்துக் கட்டினால் அதுவே கோட்டை. கோட்டை ஒழுகாது, உடையாது உள்ளிருப்பதைக் காத்திருக்கும். ஓலையின் தண்டுப் பகுதியில் இருந்து எடுக்கப்படும் நார் கடினமானது.

கிளுவை முள்ளில் குத்திய ஓலையில் காத்தாடியைப் பறக்கவிட்டு ஓடிய ஆடி மாதங்கள் நெஞ்சை விட்டு மறையாது.

"மடலேறுதல்" தமிழ் இலக்கியத்தில் அதிகம் பயன்படுத்தப்படும் வார்த்தை. முட்களுடன் காணப்படும் பனை ஓலையின் தண்டுப்பகுதி ஒன்று இருக்கும். கிராமங்களில் அதன் வழங்கு பெயர் "கருக்காம்பட்டை." அப்பகுதியைக் கொண்டு குதிரை செய்து அதில் ஏறி அமர்ந்து, ஊர் முழுவதும் இழுக்கச் செய்து, காதலை மறுத்த காதலிக்குத் தன் காதலின் வலிமையைத் தெரிவிப்பான் காதலன். இத்தனை செய்தும் காதலைக் காதலி மறுத்தால்? அடுத்த நாள் உயிர் துறப்பான். இதுதான்

மடலேறுதல். தமிழ் இலக்கியம் மட்டுமல்ல, தமிழர்களின் வாழ்வு முறையும் பனையுடன் கலந்தே இருந்திருக்கிறது.

இறந்தும் நமக்கு வீடாகும் மரங்களில் பனைமரம் முக்கியமானது. வீட்டினுள் அமர்ந்து சட்டம் பேச, கூரையிலுள்ள பனைமரச் சட்டம் பாதுகாப்பளிக்கிறது. பனையின் பாளையைச் சீவி அதில் வடியும் நீரை அப்படியே ஒரு பானையில் பிடித்தால் அதுவே கள்ளு. இந்திய அரசியல் சட்டம் கள்ளை உணவுப் பொருள் என்கிறது.

நொதித்தல் நடக்காத கள்ளின் பெயர் பதநீர். நொதித்தல் நடக்கா திருக்க பானையின் உட்புறச் சுவரில் சுண்ணாம்பு தடவப்படுகிறது. ஈழத்தில் நாவல் மரப் பட்டைகள் பானைக்குள் போடப்படுகிறது. தொட்டால் பிசு பிசுக்கும் பதத்தில் இருப்பதால் "பதநீர்". பதநீரைக் காய்ச்சினால் கருப்பட்டி, பனங்கற்கண்டு முதலியவை கிடைக்கும். சுக்ரோஸ், குளுக்கோஸ், வைட்டமின்கள், கனியுப்புகள், புரோட்டின்கள் நிறைந்தவை பதநீரும் கள்ளும்.

முற்றாத பனங்காயின் பெயரே நுங்கு என்பதாகும். கொங்கு மண்டல வழக்கில் அது நொங்கு எனப்படுகிறது. ஒரு குலையில் உள்ள நொங்குகளில், பல மூன்று கண் உள்ள நொங்கும் சில இரண்டு கண் உள்ள நொங்கும் இருக்கும். அரிதாக ஒற்றைக்

கண் உள்ள நொங்குகளும் கிடைக்கும். கோடையின் வெம்மையில் நம் உடலைக் காப்பதில் நொங்குக்கே முதலிடம். பன்னாட்டுக் கம்பெனிகளின் அக்காமாலா, கப்சியில் மயங்கி நொங்கைத் தொலைத்து நிற்கிறோம். எனது சிறுவயது கோடைக்காலம், நொங்கு வண்டியின்றிக் கழியாது. ஒன்றிலிருந்து ஆறு சக்கரங்கள் வரை உள்ள நொங்கு வண்டிகள் செய்து விளையாடிய காலங்கள் எனக்கு மகிழ்ச்சி தந்த காலங்கள்.

முற்றிப் பழுத்த நொங்கே பனம்பழம். சுட்டுத்தின்றால் சுவையும் வாசமும் நாள்முழுவதும் இருக்கும். ஒரு முழுக்கோழியை உண்பவனால் கூட ஒரு முழுப் பனம்பழத்தை உண்ணமுடியாது. முழுவதும் பழுக்காத பனங்காயைச் சுடாமல், அறுத்து கொட்டை நீக்கி ஆவியில் வேகவைத்தால் அதன் பேர் சேவாக்காய். சுட்டபழம் வேண்டுமா? சுடாத பழம் வேண்டுமா? எதுவாயினும், பனம்பழம் சுவையான பழம்.

பனம்பழத்திலிருந்து கிடைக்கும் பனங்கொட்டைகளைப் புதைத்தால் கிடைக்கும் இளம் வேர்தான் பனங்கிழங்கு. பனங் கிழங்கை உரித்துப் பிளந்தால் அது ஒரு ஒருவித்திலைத் தாவரம் என்பது தெரியும். பனங்கிழங்கு ஆகச் சிறந்த நார்ச்சத்து கொண்ட உணவுப் பொருள். பனம்பழ விதைகள் முளை விட்டவுடன் அதனைப் பிளந்து பார்த்தால், வெண்மையாய்க் கிடைக்கும் பொருளுக்கு “சீம்பு” என்று பெயர். தேனில் ஊறிய பலாவின் சுவையையே தோற்கடிக்கும் சுவை “பனஞ்சீம்பின்” சுவையாகும்.

மனிதனின் பயன்பாட்டுக்காக வெட்டப்படும் பனை மரத்தில், குருத்தின் வெண்மையான அடிப்பகுதியும் உண்ணச் சுவை மிகுந்ததே.

உண்ணப் பதநீர், கள், நொங்கு, பனம்பழம், சேவாக்காய், பனஞ்சீம்பு, கிழங்கு, கருப்பட்டி, பனங்கற்கண்டு, குருத்து என தன் உடல் முழுவதையும் உணவாய்த் தருவது பனைமரமே. புதைத்தால் மரமாவதும், புதைத்ததைத் தோண்டினால் உண்ணக் கிழங்காவதும் பனைமரம் மட்டுமே.

“வான்கலந்த மாணிக்க வாசகநின் வாசகத்தை

நான் கலந்து பாடுங்கால் நற்கருப்பஞ் சாற்றினிலே
தேன்கலந்து பால்கலந்து செழுங்கனித் தீஞ் சுவைகலந்தென்
ஊன்கலந்து உயிர் கலந்து உவட்டாமல் இனிப்பதுவே”

வள்ளலார் திருவாசகம் பற்றிப் பாடியது. இதில் நற்கருப்பஞ்சாறு என்பது கரும்புச்சாறு. இந்தக் கரும்புச் சாற்றுக்குச் சற்றும் சுவையில் குறைவில்லாதது பதநீர்.

பைந்தமிழ் நாட்டில் சேரமன்னர்களின் முடியையும் கழுத்தையும் அலங்கரித்த பூ, பனம்பூ. பனம்பூ என்பது பாளை வெடித்து வருவது.

கலைஞர் மு.கருணாநிதி அவர்கள், சங்கத்தமிழ் என்ற தனது புத்தகத்தில் எழுதியுள்ள உரைநடைக் கவிதை ஒன்றை, ராஜாராணி திரைப்படத்தில் ஓரங்க நாடகமாக நடிகர் திலகம் சிவாஜி பேசி நடித்திருப்பார். போர்க்களத்தில் இறந்த கணவனைப் பற்றித் தலைவி பாடுவது போல் வரும் கவிதையது.

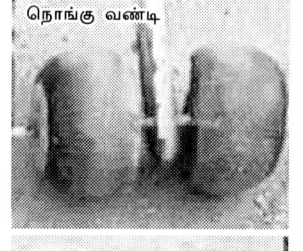

நொங்கு வண்டி

சீம்பு

கோட்டை

”பனிவெல்லும் விழிகாட்டி
பனை வெல்ல மொழியுரைத்துப்
பள்ளியறைக் கவிபாடும்
நாளெல்லாம் வீண்தானோ”

”கெடுக சிந்தை கடிதிவள் துணிவே” எனத் துவங்கும் ஒக்கூர் மாசாத்தியாரின் புறநானூற்றுப் பாடலொற்றி எழுதப்பட்ட ஓரங்க நாடகத்தில் வந்த கவிதையது. காதலில் திளைக்க பனைவெல்ல மொழி தேவை என்பதை உணர முடிகிறது.

தமிழன் பனை வெல்ல மொழியையும், அம்மொழியின் எழுத்து வளர உறுதுணை நின்ற பனைமரத்தையும் மறக்கத் துவங்கி விட்டான். கோடிகளில் இருந்த பனை மரங்களின் எண்ணிக்கை, இன்று இலட்சங்களாகக் குறைந்துவிட்டன. இனி நம் இலட்சியங்களில் பனைமர வளர்ப்பும் ஒன்றாகட்டும்.

‘பனை’, மரம் மட்டுமன்று நம் இனத்தின் அடையாளமும் கூட. ■

வீரம் நிறைந்த பறவை

கரிகாலன் வென்ற களம், வெண்ணிப் பறந்தலை; நெடுஞ் செழியன் வென்ற களம், தலையாலங்கானம்; செங்குட்டுவன் வென்ற களம், இமயம் எனக் களங்களில் எல்லாம் வீரத்தின் வலிமை தெரிந்தது; வீரமே பைந்தமிழர் வரலாறு என்பது புரிந்தது. வல்லூறுகளே ஆளும் வானத்தை, காற்று வெளியை, ஏகாந்தத்தை, ஒரு கறுப்பு நிற சிறுகுருவி ஆள்கிறது. வல்லூறை விரட்டியடிக்கும் அக்குருவிக்கு 'கரிச்சான் குருவி' என்று பெயர்.

சிட்டுக்குருவியை விடச் சற்றே பெரியதாகவும், காகத்தை விடச் சற்றே கூடுதல் கறுப்பாகவும், செம்பூத்தின் கண்களை விடச் சற்றே சிவப்பாகவும் உள்ள இக்குருவி, கரிச்சான் குருவி என்றும் ரெட்டை வால் குருவி என்றும் அழைக்கப்படுவது அநேகருக்குத் தெரிந்திருக்கலாம். எங்கள் ஊரில் இந்தக் குருவிக்குப் பெயர் கருங்குருவி. வாலின் நுனிப் பகுதியில் இறகு இரண்டாகப் பிளந்திருக்கும் அதனால்தான் இதற்கு இரட்டை வால் குருவி என்ற காரணப் பெயர்.

தான் வாழும் கூடுகளுக்கருகே காகம் உள்ளிட்ட எத்தகு பெரிய பறவை வந்தாலும் பறந்து பறந்து விரட்டிவிடும் வல்லமை பெற்ற பறவை இது. எதற்கும் அஞ்சாத கரிச்சான் குருவிகளைக் கண்டால் அளவில் பெரியதாகவும், பறப்பதில் வல்லவையாகவும், வேட்டையில் வேகம் கொண்டவையாகவும் உள்ள பறவைகள்கூட

அஞ்சிப் பறந்து அகலும். அதனால்தான் இது பறவைகளின் ராஜா என்று அழைக்கப்படுகிறது.

ஆங்கிலத்தில் இதனை Black Drongo எனவும் King crow எனவும் அழைக்கிறார்கள்.

பூச்சிகளே இதன் உணவானாலும், கரிச்சான்கள், செடிகளின் இலைகளிலோ, பூக்களிலோ, இன்ன பிற பகுதிகளிலோ அமர்ந் திருக்கும் பூச்சிகளை அதிகம் விரும்புவதில்லை. மாறாக, பறந்து திரிகின்ற பூச்சிகளைப் பறந்தபடியே வேட்டையாடுவதில் மகிழ்ச்சி அடைகின்றன. காடுகளும் மரங்களும் நிறைந்த மழை பெய்த பகுதியில் இருளும் ஒளியும் சந்திக்கத் துவங்கும் அதிகாலையில் பறக்கும் பூச்சிகளைப் பறந்தபடி வேட்டையாடும் கரிச்சான்களைக் காண்பது கொள்ளை அழகு மிளிரும் காட்சி.

பறவைகளிலிலேயே அதிக சத்தம் எழுப்பும் இக்குருவியின் குரலும் இனிமையாய் இருக்கும். பலவிதங்களில் ஓசை எழுப்பும் வல்லமை பெற்றிருந்தாலும் 'ட்டீ... ஹ்ஹீ...' என்னும் ஓசையே பிரதானமானதும் பிரபலமானதாகவும் இருக்கிறது. கரிச்சான் குருவிகள் மற்ற குருவிகளைப் போலவும் ஒலி எழுப்பும் திறன் பெற்றவை. இத்தகு 'மிமிக்ரி' ஆற்றலை வேறு பறவைகளில் நான் கண்டதில்லை. குறிப்பாக மைனாவைப் போல் குரலெலுப்பும்போது

மைனாவை நாம் தேடுவோம். 'மிமிக்ரி' செய்து மற்ற பறவைகளைக் குழப்பிவிடும் ஆற்றல் பெற்றவை கரிச்சான்கள்.

சமவெளிக் காடுகளிலும், உயிர்வேலிகளிலும், வெள்ளாமைக் காடுகளின் மரங்களிலும் தன் இருப்பிடத்தை அமைத்துக் கொள்ளும்.

தென்னிந்தியப் பகுதிகளில் பிப்ரவரி மற்றும் மார்ச் மாதங்களில் இனப்பெருக்கம் செய்யும். இந்தக் காலக்கட்டத்தில் ஆண் பெண் இணைகளின் ஆனந்த ராகம், அதிகாலையிலேயே கேட்போரை உற்சாகப்பட வைக்கும். காதலை மௌன மொழியில் வெளிப்படுத்தத் தெரியாதவை பறவைகள்.

முட்டைகள் மாசுறு வெள்ளை, வெளிர் மஞ்சள் அல்லது இளஞ்சிவப்பு நிறத்தில் புள்ளிகளுடன் காணப்படும். 4 அல்லது 5 முட்டைகள் இடும். முட்டைகளை ஆண், பெண் குருவிகள் மாறி மாறி அடைகாத்துக் குஞ்சு பொறிக்கும். 15 தினங்களுக்குப் பிறகு வெளி வரும் குஞ்சுகளுக்கு 21 நாட்களுக்குப் பிறகே வாலில் பிளவு ஏற்படும். கரிச்சான்கள் குஞ்சுகளுக்குப் பறக்கப் பயிற்சி அளிக்கும் முறை கண்கொள்ளாக் காட்சியாக இருக்கும். மரங்களில் இருந்து இலைகளைத் தவறவிட்டு, அதைக் குஞ்சுகள் பறந்து கவ்வி வரப் பயிற்சி கொடுக்கும். தேர்ந்த விளையாட்டுப் பயிற்சியாளர்களைவிட நல்ல பயிற்றுநராக எனக்குக் கரிச்சான் குருவி தெரிகிறது.

அதிகாலையில் எழும் இப்பறவைகள் சுறுசுறுப்பானவை. தமிழின் பக்தி இலக்கியம் இதனை ஆனைச்சாத்தன் என்கிறது. ஆண்டாள் பாடிய திருப்பாவையொன்று

"கீசுகீசு என்று எங்கும் ஆனைச்சாத்தன் கலந்துபேசின
பேச்சரவம் கேட்டிலையோ பேய்ப்பெண்ணே!
காசும் பிறப்பும் கலகலப்பக் கைபேர்த்து
வாசநறும் குழல் ஆய்ச்சியர் மத்தினால்
ஓசை படுத்த தயிரரவம் கேட்டிலையோ?
நாயகப் பெண்பிள்ளாய்! நாராயணன் மூர்த்தி
கேசவனைப் பாடவும் நீகேட்டே கிடத்தியோ?
நேச முடையாய்! திறவேலோ ரெம்பாவாய்!"

(திருப்பாவை)

இதில் வரும் ஆனைச்சாத்தன் குறிப்பிடுவது கரிச்சான் குருவி என்கிற இரட்டைவால் குருவியை.

மாடுகளின் முதுகில், கழுத்தில் ஏற்படும் புண்களைக் காகங்கள் கொத்திப் பெரிதாக்கும். ஆனால், அம்மாடுகளின் முதுகில் அமர்ந்த கரிச்சான் குருவிகள், காகங்களை விரட்டிவிடும். சிறிய கரிச்சானுக்குப் பெரிய காகங்கள் பயந்து பறந்துவிடும். ஆநிரை காத்தான் என்ற பெயரே மருவி ஆனைச்சாத்தான் ஆனைச்சாத்தன் என ஆகியிருக்கலாம் என்கின்றனர் ஆய்வாளர்கள்.

எது எப்படியோ, விளையும் பயிர்களின் எதிரியான பூச்சிகளை அழிக்கின்றன என்பதுவும், மேயும் மாடுகளைக் காக்கின்றன என்பதுவும், அழகான குரலில் பாடுகின்றன என்பதுவும், சிறிய உடலில் பெரும் வீரம் கொண்டிருக்கின்றன என்பதுவும் கரிச்சான் குருவிகளின் மீதான காதலை அதிகப்படுத்துகின்றன.

ஏகாந்த வெளியில் வீரமாய்ப் பாடித் திரியும் கரிச்சான்களை வாழவிடுவோம். வாழும் சூழலை உருவாக்குவோம். ∎

கசக்கின்ற இனிப்பு

"வீட்டுக்கு முன்னே வேப்பமரம்
வெப்பக் கொடுமையைப் போக்குமரம்..."

இப்படியொரு பாடல் நான் ஆரம்பப் பள்ளியில் படிக்கும்போது பாடமாக இருந்தது. அப்போதெல்லாம் வருகின்ற மழையை விரட்டி விடும் பாடல் வந்திருக்கவில்லை. (அதாங்க 'rain rain go away...' பாடல்). அன்றைய கல்வி முறையில், ஆரம்பப் பள்ளிகளில் இருந்த பாடல்களெல்லாம் இயற்கையைக் கொஞ்சிய பாடல்களாய் இருந்தன. மாணவர்களும் ஆசிரியர்களும் சமூகமும் இயற்கையைக் காதலித்த காலங்கள் அன்று வாய்த்தன. சரி, நாம் வேப்பமரம் பற்றிய செய்திக்கு வருவோம்.

இந்தியாவில் உத்தரப் பிரதேசத்துக்கு அடுத்தபடியாக தமிழகத்தில்தான் வேப்ப மரங்கள் அதிக எண்ணிக்கையில் வளர்ந்திருக்கின்றன.

தமிழகம் முழுவதிலும் பனைமரத்துக்கு இணையான எண்ணிக்கையில் இருக்கின்ற வேப்பமரம், ஓர் இலையுதிர் மரம். மாசி, பங்குனி மாதங்களில் இலைகள் உதிர்ந்து, கடுங்கோடையான சித்திரை, வைகாசி மாதங்களில் துளிர்த்துப் பசுமையாகும் மரங்களுள் தலையாயது வேப்பமரம்.

கருவேம்பு, நிலவேம்பு, மலை வேம்பு, சர்க்கரை வேம்பு எனப் பலவகைகளில் இருந்தாலும் கருவேம்பு வகையே வேப்பமரம் என்று பொதுவில் அழைக்கப்படுகிறது. பல்லாண்டுகள் வாழும் தாவரமான வேப்பமரத்தை விட்டு வைத்தால் 400 ஆண்டுகள் கூட வாழும். 'அசாடிராக்டா இன்டிகா' என்ற தாவரவியல் பெயரால் அழைக்கப்படும் இம்மரம் 'மீலியேசி' தாவரக் குடும்பத்தைச் சேர்ந்தது.

சமீப காலங்களில் தமிழகத்தின் கோடைக்காலம் மிகக் கொடியதாக மாறி வருவதை அனைவரும் அறிவோம். சேயோன் (முருகன்) மேய்ந்த மைவரை உலகமும் (குறிஞ்சி), மாயோன் (திருமால்) மேய்ந்த காடுறை உலகமும் (முல்லை) மனிதனது பேராசையால் பெரு நட்டம் அடைந்து விட்டதே கோடையின் கொடும் வெப்பத்திற்குக் காரணம்.

முன்பெல்லாம் சாலையின் இருமருங்கிலும் புளிய மரமும் வேப்ப மரமும் பல்கி நிற்கும். வீடுகள் தோறும், வீதிகள் தோறும் வேப்ப

மரங்கள் இருந்தன. மேய்ச்சல் நிலங்களில், வேலிகளில், நீர் நிலைகளின் கரை யோரங்களில் என வேம்பு வேர்விட்டிருந்தது. பள்ளிகள், அரசு அலுவலகங்களின் கட்டிடங்கள் வேப்பமரங்களால் சூழப்பட்டிருந்தன. மனிதர்களுக்கு வேப்பமரத்தின் இருப்பு வேம்பாய்க் கசந்ததால் பாதிக்கும் மேலாக அவை அழிந்துவிட்டன; அழிக்கப்பட்டுவிட்டன.

மந்திரவாதிகள், சாமியார்கள், இன்ன பிறர் விஷக்கடி போன்ற வற்றிற்கு மந்திரம் சொல்லும்போது, வேப்ப இலைகளைக் கொத்தாகக் கையில் வைத்திருப்பதைக் காண முடியும். இதன் காரணம் வேப்ப மரத்தின் மருத்துவப் பயன். சில தாவரங்களில் இலை மூலிகையாய் இருக்கும், வேறு சிலவற்றில் தண்டு அந்த வேலையைச் செய்யும், மற்ற சிலதில் வேரில் மருந்திருக்கும், இன்னும் சிலவற்றில் பூவும், பலவற்றில் காயும் கனியும் மருத்துவப் பயனைத் தருவதாய் அமைந்திருக்கும். மரம் முச்சூடும் மருத்துவனாய் இருப்பது வேப்ப மரத்தில் மட்டுமே. குழந்தைகளுக்கு வேப்ப மரத்தின் இலைகளைக் கழுத்தில் கட்டிவிடும் பழக்கம் பற்றி பெரும்பாணாற்றுப்படையில் குறிப்பிடப்பட்டுள்ளது.

"கோட்டிணர் வேம்பின் ஓடு இலைமிடைந்த
படலைக் கண்ணி..."

(பெரும்பாணாற்றுப் படை- 59,60)

அனுமன் தூக்கி வந்த சஞ்சீவி மலையில் அனைத்துவகை மூலிகைகளும் இருந்தது என்றொரு நம்பிக்கை உண்டு. மூலிகை நிறைந்த வேப்பமரம் ஒரு சஞ்சீவினி. இதுவே வேப்பமரம் பற்றிக் குறிப்பிட எளிதானதும் மிகச் சரியானதுமான சொல். வளி மண்டலத்தின் கீழடுக்கில் ஆக்சிஜன் இருப்பை அதிகப் படுத்துதலில் வேப்பமரம் ஆகப் பெரிய பங்களிப்பைச் செய்து வருகிறது.

சங்ககாலப் பாடலில் வேம்பைப் பற்றிய பாடல்கள் பல உள்ளன. பாண்டிய மன்னனுக்கு உரிய மாலை, வேப்பம் பூ மாலையாகும். சேரன் மற்றும் பாண்டிய மன்னர்களின் காவல் மரம் வேப்பமரமாகும்.

"கடுஞ்சின விறல் வேம் பறுத்த
பெருஞ்சினக் குட்டுவன்."

(பதிற்றுப்பத்து)

"பழையன் காக்கும் கருஞ்சினை வேம்பின்
முழாரை முழுமுதல் துமியப் பண்ணி
வாலிழை கழிந்த நறும்பல் பெண்டிர்
பல்லிரும் கூந்தல் முரற்சியால்
குஞ்சர ஒழுகை பூட்டி"

(பதிற்றுப் பத்து)

"பழையன் காக்கும் குழைபயில் நெடுங்கோட்டு
வேம்பு முதல் தடிந்த ஏந்துவாள் வலத்துப்
போந்தைக் கண்ணிப் பொறைய"

(சிலப்பதிகாரம்)

இவை மட்டுமல்ல, தமிழின் அகப்பாடல்களில் காதலின் வலிமை காட்டவும் புறப்பாடல்களில் வீரத்தின் காதலைக் காட்டவும் வேம்பை உவமையாக்கி இருக்கிறார்கள்.

"வாட வேம்பின் வழுதி கூடல்" என்பது ஒரு புறப்பாடலின் வரி.

"பிறிது ஒன்று கடுத்தனள் ஆகி வேம்பின்
வெறிகொள் பாசிலி நீலமொடு சூடி"

(அகநானூறு 138-4,5)

வேப்பமர இலைகளின் வாசனை பற்றிச் சொல்கிறது இப்பாடல்.

மேற்குலகம் பல வைரஸ்களுக்கு எதிராக மருந்து கண்டுபிடிக்கும்

முன்னமே, வேப்ப இலையால் வைரஸ்களை நாம் விரட்ட முற்பட்டுக் கொண்டிருந்தோம். வியாபார உலகம் நம்மையெல்லாம் பற்பசைக்குத் தள்ளிவிட்டுவிட்டு, மீண்டும் வேப்பங்குச்சியை விற்பனைக்குக் கொண்டு வந்துள்ளது.

வெண்ணிறமாய் இருக்கும் வேப்பம் பூக்கள் கொத்துக் கொத்தாகப் பூக்கும். இதனை, 'கவரிபோல் பூப்பூக்கும்' என்கிறது தமிழ். வேம்பு பூத்துக் குலுங்கும்போது தமிழ்ப் புத்தாண்டு துவங்குகிறது. பண்டைய தமிழ் நாட்டில் வேப்பம் பூ சூடியும், வேப்பம் பூச் சாறு உண்டும் புத்தாண்டை வரவேற்ற வரலாறு உண்டு.

பன்நெடுங்காலமாய் இதனுள் இதுதான் மருந்தாய் இருக்கின் றது என்பதை அறியாமலேயே மருந்தாய் உண்டோம், பூசினோம், மாரியாத்தா என்றோம், பேச்சியத்தா ஆக்கினோம், ஆதிபராசக்தி யாய்க் கொண்டாடினோம்.

மருந்தாய், பக்தியாய் வளர்த்த மரம் குறைந்து கொண்டே வருகிறது. நோய்களின் எண்ணிக்கை உயர்ந்து கொண்டே வருகிறது. வளியை, சூழல் வெளியை, உடல்கடந்து அகத்தை, பசுமை மாறா சுகத்தைத் தருகின்றது வேப்பமரம்.

ஆரோக்கியம் பேண வேண்டுமென்ற சுயநலத்தின் பொருட்டாவது, 'திங்காத காய் காய்த்து, தின்னப் பழங்கொடுக்கின்ற' மருத்துவப் பொக்கிசத்தை, உயிர்க்காற்று உற்பத்தி நிலையத்தை, வேப்ப மரத்தை வளர்ப்போம்! கோடையில் குளிர்ந்திருப்போம்! ■

பிரிவினும் சுடுமே பெருங்காடு

எளியாரை வலியார் அடித்தால் வலியாரை அடிக்கத் தெய்வம் இறங்கி வருவதில்லை. இப்போதல்ல, எப்போதும் இதுவே நிதர்சனம். ஆழி சூழ் உலகு அழகாய்த் தானிருந்தது. அனைத்து உயிர்களும் வளமாய்த் தானிருந்தன. மனிதன் என்னும் மாயப் பிசாசு மண்ணில் உருவாகும் வரை, எல்லா உயிரினங்களும் தன் உணவுத் தேவைக்கன்றி வேறெதற்கும் அடுத்த உயிரை அழித்ததில்லை. வெங்கானம் முழுதும் குளுமை இருந்தது. காடுகள் தன் போக்கில் முளைத்தன, வளர்ந்தன, அழிந்தன. மீண்டும் முளைத்தன, வளர்ந்தன, அழிந்தன.

முளைத்து, வளர்ந்து, அழிந்த காடுகளைப் பலவகையாய் மனிதன் பிரித்துள்ளான். ஆனால், பிரித்த அத்தனைக் காடுகளையும் பிரித்து மேய்ந்துள்ளான்.

வெப்ப மண்டலக் காடுகள்

பூமத்திய ரேகைக் காடுகள்
வெப்ப மண்டலக் காடுகள்
வெப்ப மண்டலப் புல்வெளிகள்
இலையுதிர்க் காடுகள்
மித வெப்ப மண்டலக் காடுகள்
மித வெப்ப மண்டலப் புல்வெளிகள்
ஊசியிலைக் காடுகள்
துருவத் தாவரங்கள்

இலையுதிர்க் காடுகள்

பகுத்த பிரிவுகளை இவ்வாறு தொகுத்த மனிதன். அத்தனையிலும் புகுந்து, வகுந்து கழித்துவிட்டான்.

ஒரு நாட்டின் மொத்த நிலப்பரப்பில் 33.33% காடுகள் இருக்க வேண்டும். அதனடிப்படையிலேயே அனைத்து வளர்ச்சித் திட்டங் களும் வகுக்க வேண்டும். இதுவே சர்வ தேசமும் ஒப்புக் கொண்ட சர்வதேசச் சட்டம். இந்தியாவில் இப்போதுள்ள காடுகள் இந்திய

புல்வெளிக் காடுகள்

நிலப்பரப்பில் 20%, தமிழகத்தின் பரப்பில் காடுகளின் சதவீதம் 17.59%. இந்தியாவின் மற்றெல்லா மாநிலங்களைவிட, தமிழகம் காடழிப்பில் முதலிடம் பெறுகிறது.

ஒவ்வொரு காடும் ஒவ்வொரு விதம். சூரிய ஒளியைப் பார்க்காத நிலம் கொண்ட மூன்றடுக்குக் காடுகள் பூமத்திய ரேகைப் பகுதிகளில் அதிகம். இந்த அடர் காடுகளில் வளரும் தாவரங்கள் வானத்திடம் சென்று நலம் விசாரிக்கிறதோ என்று தோன்றும் வகையில் உயர்ந்திருக்கும்.

கோடைக்காலத்தில் தன் நீர் ஆவியாகாமல் இருக்க இலைகளை உதிர்த்து, தன்னைத் தற்காத்துக் கொள்ளும் மரங்களை உடைய காடுகள் இலையுதிர்க் காடுகள்.

பெய்யும் பனி இலையில் படாமலிருக்க, படர்ந்து இலை அழுகாமல் இருக்க ஊசிவடிவில் இலைகளைக் கொண்டதால் அவை ஊசியிலைக் காடுகள்.

இன்று வியக்கும் கஜுராக்கோச் சிற்பங்களைக் காத்தவை காடுகளே. வரலாற்றைப் படித்துப் பாருங்கள் தெரியும். 'தானு மலையான் என்றொரு கடவுள் எப்படி வந்தார்?' என்ற கேள்விக்கு

விடை தேடுங்கள். ஒவ்வொரு சிறு தெய்வக் கோயில்களிலும் ஒரு மரம் வணங்கத்தக்கதாய் வைத்திருப்பது எதனாலே? முன்னோர்களிடம் பேசுங்கள். இவற்றின் ஆணிவேர் காடுகளில் இருக்கும்.

ஒரு காடு, ஆயிரக் கணக்கான உயிரினங்கள் வாழும் பெரும் நாடு. சுதந்திரம் பெற்ற எல்லா உயிர்களும் இருக்குமிடம் காடன்றி நாடல்ல.

மரங்களால் சூழப்பட்டு, தூய காற்றைச் சுவாசித்து, நன்னீரில் மட்டுமே நனைந்து, நச்சற்ற ஆகாயத்தைக் கூரையாக்கி, குப்பையே காணாத நிலவுடமை கொண்டு, சில சமயங்களில் தீயையும் சுவைத்து, பரந்தும் விரிந்தும் உயர்ந்தும் அங்கிங்கெனாதபடி வெளியற்று, நெருக்கங்களுடன் பஞ்சபூதங்களைத் தன்னுள் கொண்டு உறவாடி நிற்பதுதான் காடு.

காட்டில் விளையும் தேனாகட்டும் கிழங்காகட்டும், தேவைக்கு மேல் எடுக்கத் தெரியாத காடு காப்பாளர்களை, அவர்களுக்கு அன்னியமான சமவெளிப் பகுதிகளுக்குத் துரத்தியபோதே பாதி வனம் அழிந்துவிட்டது.

மீந்திருந்த புலையரையும் சோளகரையும் மசாலா வாசனை

சதுப்புநிலக் காடு

தடவிய கோழிக் கறிக்கும் சாராயத்துக்கும் அடிமையாக்கி, கட்டைகளைக் கடத்த வைத்தபொழுதே காடுகளின் ஜீவன் முடிந்து போனது.

ராகியும் கிழங்கும் மட்டும் அறிந்தவர்களுக்கு, அரிசியைக் கடனாகக் கொடுத்துக் கெடுத்தோமே அப்பொழுதே முடிந்தது காடு காவல்.

"எனக்குச் சந்தனம் இப்போதெல்லாம் மணம் வீசுவதில்லை. அது மாதியின் உதிரமாய், மல்லியின் ஓலமாய் மட்டுமே தெரிகிறது".

காடு திருத்தி நாடு செய்தவனே!

நாடு திருத்தி நல்லது செய்யாமல் போனதேன்?

ஆழி சூழ் உலகைப் பரதனிடம் கொடுத்துவிட்டு, ஈரேழு ஆண்டுகள் புண்ணியத் துறைகள் ஆட கைகேயி இராமனை விரட்டியது வெங்கானகத்துக்கு. புண்ணிய நதிகள், அதாவது சுத்தமான நீரோடும் ஆறுகளின் பிறப்பிடமும் காடுகளே.

"வெய்யோனொளி தன்மேனியின் விரிசோதியின் மறையப்
பொய்யோ எனும் இடையாளொடும் இளையானொடும் போனான்
மையோ மரகதமோ மறி கடலோ மழை முகிலோ
அய்யோ இவன் வடிவென்பதொரு அழியா அழகுடையான்"

என்று கம்பர் காட்டும் தமிழ்ப்படி காடேகிய சீதை, காடேகும் முன் இராமனுடன் செல்ல, கடைசி வார்த்தைப் பிரயோகமாய்க் கம்பன் சொன்ன வரிகள்,

"நின் பிரிவினும் சுடுமோ பெருங்காடு" என்பதே.

ஆனால், காடுகளைப் பிரிந்த நிலம் கடும் சூடடைகிறது. வெப்பம் தகிக்கிறது. மழைக்கு அண்ணாந்து பார்த்துப் பார்த்து, காய்ந்து கிடக்கின்றது. வாய்பிளந்து படுத்திருக்கிறது. நீரோடு விளையாடிய ஆறுகள் மணற்பூகூட இன்றி மயங்கித் தவிக்கின்றன. விளைவுகள் மோசமாகின்றன.

இருக்கின்ற தரிசையெல்லாம் தழைக்கின்ற காடுகளாய்ச் செய்வோம். ■

மேற்கில் ஒரு கொடை

'ஓங்கி உலகளந்த உத்தமன்' என்று திருமாலை ஆண்டாளும், 'அடியும் முடியும் காணவொண்ணாதவன்' என்று சிவனை மாணிக்க வாசகரும் போற்றி நின்றது அவர்களின் பக்தி வழி. அடியும் முடியும் கொண்டு ஆங்காங்கே ஓங்கி உயர்ந்து உலகளக்கும் வகையில் நின்றிருப்பது, இருக்கின்றதாய் நம்பப்படும் இறைவனுக்கே இருப்பிடம் தந்தது, எல்லோருக்கும் எல்லாம் தருவது, அனுமார் வால் போல் நீண்டு கிடப்பது என்று ஒன்று உண்டு. அதன் பெயர் மேற்குத் தொடர்ச்சி மலை.

மேற்குத் தொடர்ச்சி மலைகள், தெற்கே மகேந்திர மலையில் துவங்கி வடக்கே தபதி நதியின் தெற்குப் பகுதி வரை நீண்டுள்ளன. தமிழ்நாடு, கேரளா, கர்நாடகா, கோவா, மஹாராஷ்டிரா, குஜராத் என ஆறு மாநிலங்களைக் கடக்கும் இம்மலைத்தொடர், 1,60,000 ச.கி.மீ. பரப்பளவு கொண்டது.

மணிநீரும் மண்ணும் மலையும் அணிநிழலும்
காடும் உடையது அரண்

வள்ளுவன் சொன்ன எல்லாமும் தனக்குள் வைத்திருக்கும் ஆகப் பெரிய அரண் மேற்கு மலைத் தொடர்.

மேற்குத் தொடர்ச்சி மலையின் புவியியல் வரலாற்றைத் தேடிச் சென்றால் அதன் ஆதிப்புள்ளி பண்டைய கோண்ட்வானா நிலப்பரப்பில் இருக்கிறது. அதாவது, தற்போதைய ஆப்ரிக்கக் கண்டம், மடகாஸ்கர் தீவு, செஷல்ஸ் தீவுக் கூட்டங்களுடன் ஒன்றாய் இருந்தது இம்மலைத் தொடர். ஏறக்குறைய 150 மில்லியன் ஆண்டுகளுக்கு முன் பூமியின் அடிப்பரப்பிலும், மேற்பரப்பிலும் ஏற்பட்ட பெருமாற்றங்கள், மேற்கு மலைத் தொடரைத் தீபகற்ப இந்தியாவுடன் பெயர்த்து ஆசியாக் கண்டத்துடன் ஒட்டி விட்டன. அங்கிருந்து பிரிந்த ஒரு பகுதி ஆஸ்திரேலியா எனத் தனியே போய்விட்டது.

100 மில்லியன் ஆண்டுகளுக்கு முன், தீயைக் கக்கி மாண்டு போன எரிமலைகள் மேற்கு மலைத்தொடர் பகுதியில் இருந்திருக்கலாம் என்கின்றனர் புவியியல் அறிஞர்கள். மராட்டியத்திற்குள் செல்லும் மலைகளில், காலம் முடிந்த எரிமலையின் எச்சம் இருக்கிறதாம். தெற்கிலிருந்து, ஆரல்வாய் மொழி, ஆரியங்காவு, பாலக்காடு, தால்காட், போர்காட் கணவாய்கள் மலைகளின் இடையே இருக்கின்றன. இதில் பாலக்காட்டுக் கணவாயே அளவில் பெரியது.

பொதுவாகக் காடுகளை, பசுமை மாறாக் காடுகள், சோலைக் காடுகள், முட்புதர்க் காடுகள், புல்வெளிகள் எனப் பாகுபாடு செய்வார்கள். இவை அத்தனையும் தன்னகத்தே கொண்டவை மேற்குத் தொடர்ச்சி மலைகள்.

தீபகற்ப இந்தியாவின் ஒட்டுமொத்த விவசாய நிலங்களின் நீர்த்தேவைகள், குடிநீர்த் தேவைகள் அத்தனைக்கும் ஆணிவேர் மேற்கு மலைகளே. 126 ஆறுகள், 50 அணைக்கட்டுகள், 29 அருவிகள் ஆகியவற்றின் தாய்வீடு இம் மேற்கு மலைத் தொடர். இந்தியாவின் நயாகரா எனப்படுகின்ற அதரப்பள்ளி அருவி, இந்தியாவின் பெரிய அருவியான ஜோக் அருவி இரண்டும் இங்கேயே உள்ளன. இங்கே உருவாகி ஓடுவதில் கோதாவரி, கிருஷ்ணா, காவிரி, தாமிரபரணி போன்றவை பேராறுகள். வைகை, தென்பண்ணை, முல்லையாறு, பெரியாறு போன்றவை சிற்றாறுகள்.

இமயமலைகள் போல் பனிமூடிய சிகரங்கள் இங்கில்லை. பனிமூடிய சிகரங்கள் உருகுவதால்தான் கோடையிலும் ஆறுகளுக்கு நீர் கிடைக்கின்றது என்பதே உலகியல்பு. உலகின் மற்றெல்லா மலைத்

மழை நீரை சேமித்து வெளிவிடும் புல்வெளி

தொடர்களிலுமே அவ்வாறே ஆறுகளுக்கு நீர் கிடைக்கின்றது. பனி படர்ந்த சிகரங்கள் ஏதுமற்ற நிலையிலும், ஆறுகளுக்கு மழையற்ற காலங்களிலும் நீர் வழங்க இம்மலைகளால் எப்படி முடிகிறது?

விழுகின்ற மழையைச் சேமிக்கும் ஆற்றல், மலை முழுவதும் முகடுகளில் பரவிக் கிடக்கும் புல்வெளிகளுக்கு உண்டு. தன் பரப்பில் விழும் துளிகளைச் சிந்தாமல் சேர்த்து வைத்துப் பாறையிடுக்குகளில் ஊற்றாகச் சிந்த வைக்கின்ற நுட்பமே ஆறுகளின் நீராதாரம். மேலும் தெளிவு பெறவேண்டுமெனில் ஸ்பான்ஞ்சில் கொட்டப்படும் நீரை உறிஞ்சி, பிறகு மெல்ல கீழே விடுவது போல் செய்கின்றன இப்புல் வெளிகள். பாறை இடுக்குகளில் வழியும் நீர் ஒன்றிணைந்து ஓடையாக ஓடி, உயரத்திலிருந்து விழுவதே அருவியாய்ப் பரிணமித்து, பின்னர் ஆறாகப் பயணிக்கிறது. ஒரு மலையில் விழுகின்ற மழை, ஓராயிரம் மைல்களுக்கு அப்பாலும் பயணம் செய்யக்காரணம் புல்வெளிகளின் உறிஞ்சும் தன்மையே.

மண்மீது விழுகின்ற நீர் சூரிய ஒளியால் ஆவியாகிவிடாதா? என்ற கேள்வி எழுவது இயற்கையே. அவ்வாறு ஆவியாகாமல் தடுக்கும் வேலையை மலை முகடுகளை அடுத்துள்ள அடர்ந்த சோலைக் காடுகள் செய்து விடுகின்றன. சூரிய ஒளி உட்புகா வண்ணம் தடுத்துவிடுகின்றன வளர்ந்த மரங்கள். அதனையும் மீறி விழுகின்ற வெயிலும் மரத்திலிருந்து விழுந்திருக்கும் இலைகளைத் தாண்டி

வரையாடு

மண்ணிற்குள் செல்லமுடியாது.

புல்வெளிகளால் சேமிக்கப்படும் நீர், பாறையிடுக்கில் வழிந் தோடப் பக்கபலமாய் இருப்பவை சோலைக்காடுகளே. புல்வெளி, சோலைக்காடுகள் என அடுத்தடுத்து நிறைந்து கிடக்கின்ற மேற்கு மலைத் தொடர், நமக்குப் பால் நினைந்தூட்டும் தாய் போன்றவள்.

சர்வதேசத் தரத்திலான மூன்று கோடை வாழிடங்களான ஊட்டி, கொடைக்கானல், மூணாறு ஆகியவை உள்ள இடங்கள் இம் மலைகளே. இவைமட்டுமல்ல, மேற்குத் தொடர்ச்சி மலைகளில் 35 மலைச் சிகரங்கள் உள்ளன. அவற்றில் ஆனைமுடி ஆகப்பெரிய மலைச்சிகரம்.

பெரணி

பறக்கும் பாம்பு

பறக்கும் பாம்பு என்ற இனம் மேற்குத் தொடர்ச்சி மலைகளில் மட்டுமே காணப்படுகிறது. இவ்வகைப் பாம்புகளுக்கு உலகில் வேறெங்கும் வசிப்பிடம் கிடையாது. உயிர்க்காற்றை உள்ளிழுத்துக் கொண்டு தொடர்ந்து வாசியுங்கள்.

மேற்கு மலைத் தொடரில் 850 வகைகயான நுண்ணுயிரிகள், 6500 வகையான நீர்ப் பாசிகள், 14500 வகையான பூஞ்சைகள், 2000 வகையான கல் பாசிகள், 1100 வகையான பெரணிகள், 60383 வகையான கணுக்காலிகள், 5050 வகையான சங்கு மற்றும் சிப்பிகள், 206 வகையான தவளைகள், தவளை தவிர்த்து 179 வகையான இருவாழ்விகள், 485 வகையான ஊர்வன உயிர்கள், 64 வகையான ஒரு வித்திலைத் தாவரங்கள், 1814 வகையான பூக்காத்தாவரங்கள், 7402 வகையான பூக்கும் தாவரங்கள், 288 வகையான மீனினங்கள், 10 வகையான தேனீக்கள், தேனீக்கள் தவிர்த்து 6000 வகையான பூச்சியினங்கள், 508 வகையான பறவையினங்கள், புலி, சிறுத்தை, வரையாடு, யானை என 139 வகையான பாலூட்டி இனங்கள் என எல்லாம் வாழும் புண்ணிய பூமி மேற்கு மலைத்தொடர்.

பழநி மலை

இவை மட்டுமா? இந்திரா காந்தி தேசியப்பூங்கா, அதனுள் அடங்கிய அன்சி தேசியப் பூங்கா, பந்திப்பூர் தேசியப் பூங்கா, பன்னார்கட் தேசியப் பூங்கா, கிராஸ் ஹில்ஸ் தேசியப்பூங்கா, கரியான் சோலை தேசியப்பூங்கா, பெரியார் தேசியப்பூங்கா என அளவில் பெரிய 14 வன உயிரின அடர்க் காடுகள் மேற்கு மலைத்தொடரில் உள்ளன. 44 வனவிலங்குச் சரணால யங்கள், 11 புலிகள் காப்பகங்கள் என, பல்லுயிர்ப் பாதுகாப்பு மண்டலங்களின் அமைவிடம் மேற்குத்தொடர்ச்சி மலைகள். முருகன் குடியிருக்கும் பழனிமலை, அய்யப்பன் குடியிருக்கும் சபரி மலை எனக் கடவுள ருக்கும் மலைகளை வாடகைக்கு விட்டிருக்கும் மலை மேற்கு மலையே.

இயற்கை அள்ளி அள்ளிக் கொடுத்த வரங்களுக்குக் கொள்ளி வைத்துக் கொண்டிருக்கிறோம். மரங்களை வெட்டுதல், காட்டுயிரி களைக் கொல்லுதல், கனிமங்களுக்காக மலைகளைப் பிளத்தல், பெருகி வரும் பண்ணை மலைத் தோட்டங்கள் இவையெல்லாம் நேரடிப் பாதிப்பு. மணற் கொள்ளை, காற்று மாசுபடுதல், நதி நீர் மாசுபடுதல் இவையெல்லாம் மறைமுகப் பாதிப்பு.

"குயில் கூவிக் கொண்டிருக்கும் கோலம் மிகுந்த
மயிலாடிக் கொண்டிருக்கும்; வாசமுடைய நற்
காற்று குளிர்ந்தடிக்கும்; கண்ணாடி போன்ற நீர்
ஊற்றுகள் உண்டு; கனிமரங்கள் மிக்க உண்டு

சபரி மலை

பூக்கள் மணம் கமழும், பூக்கள் தோறும் சென்றுதே
னீக்கள் இருந்தபடி இன்னிசை பாடிக்களிக்கும்."

இப்படித்தான் ஆரம்பிப்பார் பாவேந்தர், தன் முதல் கவிதைக் கதையான 'சஞ்சீவி பர்வதத்தின் சாரல்' என்னும் கவிதை நூலை.

இத்தனை அழகும், பசுமையும் நிறைத்துக் கொண்டிருக்கும் பெரிய மலைத்தொடரைக் குழி தோண்டிப் புதைக்கத் தயாராகிக் கொண்டிருக்கிறோம். இன்னொரு பூமி கிடைப்பது அரிது. இன்னொரு மேற்குத் தொடர்ச்சி மலை கிடைப்பது அதனினும் அரிது. அதனுள் பல்லுயிர்கள் குடி கொண்டிருப்பது மிக மிக அரிது.

டிசம்பர் 11 உலக மலைகள் தினம்.

"மலைகள் பூமித்தாயின் முலைகள் - தாயின்
முலையறுத்தா தாகம் தணிப்பது?"

மலைகளின் மீது ஏறிப்பாருங்கள். நீங்கள் எடுத்து வைக்கும் ஒவ்வொரு அடியும் ஒவ்வொரு கதை சொல்லும். சுழலும் பார்வை செல்லும் இடங்களிலெல்லாம் இயற்கை கவிதை எழுதிக் கொண்டிருக்கும். மேற்கு மலைத் தொடர், பொன் முட்டையிடும் வாத்து. அதை ஒரே நாளில் அறுத்துப் பார்க்க நினைக்கும் பொருளாதார ஆசையைப் புறந்தள்ளி, இனி பிறக்கின்ற தலை முறைக்கும் பாதுகாத்து வைப்போம். ■

****